అమరకోశం

ప్రతి పదమునకు ఉదాహరణలతో
సందర్బానుసార వివరణ

స్వర్గాధిఖండం

తీ. వనజ

ISBN 979-8-88591-284-6

శ్రీ దుర్గా దేవ్యైనమః

శ్రీ మాత్రేనమః

పితామహులైన కీ. శే. శిరోమణి సన్నిధానం సూర్యనారాయణ శాస్త్రి
(డిసే 1897 – సెప్ 1982) గారికి

ఈ నిఘంటువు అనే పుష్పగుచ్చం చంద్రునికి ఒక నూలుపోగులాగ
సమర్పించుకుంటున్నాను.

విషయసూచిక

ప్రార్థన శ్లోకములు

అమరకోశం

SRI VENKATESWARA VEDIC UNIVERSITY, TIRUPATI
(Sponsored by TTD and Recognized by UGC)
Alipiri-Chandragiri Bypass Road, Tirupati – 517 502

Prof. S. SUDARSANA SARMA
VICE-CHANCELLOR

Phone : 0877-2222586
Mobile: 9989500799
Email :vcsvvedicuniversity@gmail.com

ముందుమాట

Date: 20-01-2022

ఏ భాషకైన నిఘంటువు వెన్నెముకవంటిది. "గైర్వాణీ", "అమృతభాషా" అని కీర్తింపబడే సంస్కృతభాషలో అమరకోశము ఒక విలక్షణమైన నిఘంటువు. దీనికున్న ప్రామాణికత, ప్రచారము మరే నిఘంటువుకు లేదనడం అతిశయోక్తికాదు. లౌకిక వ్యాకరణమార్గాన్ని క్షుణ్ణంగా అనుసరించుట ఈ నిఘంటువుయొక్క ప్రశస్తికి గల కారణాలలో ఒకటి అయి ఉంటుంది. ఎందుకని అంటే సురసింహో హి పాపీయాస్ కృత్స్నం భాష్యమచామరత్ అని సాసూయంగా ప్రశంసిస్తూ చులుకీకృత వాఙ్మయాబ్ధులైన మహావిచక్షణులు కైమోర్పుడులర్పించారు. అట్టి సంస్కృతభాషాప్రవేశానికి "కుంచిక"వంటిదైన అమరకోశాన్ని తమ ఆంధ్రవ్యాఖ్యతో అలంకరించి పాఠకజగత్తుకు అర్పించుచున్న శ్రీమతి వనజగారి అకుంఠితదీక్ష ప్రశంసనీయం. ఒక మహాపండితవంశంలో జన్మించి అట్టిదే అయిన మరొక వంశాన్ని అలంకరించి ఉద్ధరించిన విదుషీమణి శ్రీమతి వనజగారు. ఆయా పదాలకు అర్థవివరణ చేసే సందర్భంలో ఆమె అవలంబించిన శైలి పామరులకుకూడా సులభంగా అర్థమై ప్రమోదాన్ని కలిగిస్తు పండితులయొక్క మన్ననలనుకూడా పొందే విధంగా ఉన్నది.

ఉదాహరణ –

1. కమలోద్భవః = కమల + ఉద్భవః = కమలములో జన్మించినవాడు.

2. పశుపతిః = పశు + పతిః = సకలచరాచరజీవరాశులు (కదిలేవి, కదలనివి) పతిః = భరించేవాడు

3. వాసుదేవః = వసుదేవుని కొడుకు; అంతటా ఉండేవాడు.

ఇలా ఎన్నెన్నో ఉన్నాయి. వాసుదేవశబ్దానికి వసుదేవుని పుత్రుడనే అర్థం అందరికి తెసిలినదే. కాని ఆంధ్రవ్యాఖ్యాత్రి వనజగారు అంతటా ఉండేవాడు అని మరొక అర్థాన్నికూడా ఇచ్చారు. ఈ అర్థం వెనుక ఒక గొప్ప సిద్ధాంతం ఉన్నది. ధ్వనికారుడు ఆనందవర్ధనాచార్యుడు చతుర్థోద్యోతంలో మహాభారతంలో శాంతరసస్థాపనచేసే ఘట్టంలో "భగవాన్ వాసుదేవశ్చ కీర్త్యతేత్ర సనాతనః. వసతీతి వాసుః [బెణాదికప్రయోగము] వాసుశ్చాసౌ చ దేవశ్చ వాసుదేవః" అని అంటాడు. అంటే వాసుదేవశబ్దంలో వాసు అనే అంశానికి సర్వత్ర వసించువాడు అనే అర్థం. అట్టి దేవుడు వాసుదేవుడు. ఇంత నిగూఢమైన ఈ అర్థాన్ని శ్రీమతి వనజగారు అతిసులభంగా "అంతటా ఉండేవాడు" అని వివరించి జిజ్ఞాసలోకానికి వందనీయురాలగుచున్నారు. ఇలా వేద-శాస్త్ర-పురాణగ్రంథాలలోని విషయాలనుకూడ జోడిస్తూ, ముక్కకు ముక్క అన్నట్లు కాకుండా వివరణాత్మకంగా సాగింది వీరి వ్యాఖ్య. ఈ పుస్తకం చివరలో పార్వతీదేవియొక్క పర్యాయపదాలను వివరిస్తూ, "చర్చికా" అనే పదం వద్ద "భారతదేశంలోని ఒరిస్సారాష్ట్రంలో చాముండాదేవిని చర్చికా గా పూజిస్తారు" అని దేశాచారాన్నికూడ ప్రమాణంగా చూపించారు.

గ్రంథవిస్తృతిని దృష్టిలో ఉంచుకొని ఈ గ్రంథాన్ని అమరకోశములో మొదటిభాగంగా ప్రచురించుచున్నట్లు సుస్పష్టమగుచున్నది. త్వరలో ఇలాగే వ్యాఖ్యతో మిగిలిన అమరకోశమంతా వెలుగుచూస్తుందనే ఆశతో పాఠకలోకం ప్రతీక్షిస్తూ ఉంటుంది అనడం సత్యదూరం కాదు. ఒకరకంగా ఈ గ్రంథరచన రచయిత్రి వనజగారి కర్తవ్యాన్ని మరింత పెంచిందన్నమాట. భగవదనుగ్రహంతో చిరాయురారోగ్యైశ్వర్యాలతో తమ రచనావ్యాసంగాన్ని కొనసాగిస్తూ పాఠకలోకాన్ని నిరాశకు లోనుకాకుండా ఉత్సాహపరుస్తారని విశ్వసిస్తున్నాను.

ఇట్లు

"వేదాధార్య"

సన్నిధానం సుదర్శన శర్మ

కులపతి

సంస్కృత గ్రంథ కర్త అమరసింహుడు

చంద్రగుప్త్ 11 మహారాజు 400 A.D లో రాజ్యం పరిపాలిస్తున్నప్పుడు, ఆయన ఆస్థాన విద్వాంసులలో (నవరత్నములు) ఒకరైన "అమరసింహుడు" అనే కవి "అమరకోశం" అనే గ్రంథం రచించారు. ఈ గ్రంథం వెలకట్టలేనిది. దీనిని వ్యాకరణపరంగారచించడం వలన దీనిని "నామలింగనుశాసనం" అని కూడా పేర్కొంటారు. దీనిని సులువుగా నోటితో వల్లెవేసేటట్టుగా శ్లోకం రూపం లో రచించారు. ఇంత గొప్ప గ్రంథాన్ని భావితరలవారికి అందించాలని, అందిస్తారని ఆశిస్తున్నాను.

నా మాట

నా పితామహులైన క్రీ. శే. శిరోమణి సన్నిధానం సూర్యనారాయణ శాస్త్రి గారు సంస్కృతం, తెలుగు భాషలలో మేటైన, ధీటైన విద్వాంసులు. ఆయన సంస్కృతం, తెలుగు భాషలలోసుమారుగా 80 గ్రంథములు రచించారు. ఆయన కావ్యాలంకారం అనే వ్యాకరణ గ్రంథం తెలుగు లో విపులం గా అందరికీ సులువుగా అర్థం అయ్యేటట్టు రచించారు. ఆయన వద్ద అమరకోశం అనే నిఘంటువు చిన్నప్పుడు వల్లే వేస్తూ నేర్చుకున్నాను. ప్రస్తుత కాలం లో ఎక్కువ మందికి ఆ నిఘంటువు గురుంచి అవగాహన లేదు. దీనిని గురించి తెలియనివారికి తెలియచేయాలనే సదుద్దేశం తో దీనిని రచించటం జరిగింది. ఈ నిఘంటువు అర్థం చేసుకోనడం చాలా కష్టతరమైనది. ప్రస్తుతం నిఘంటువు లో మొదటి భాగమైన స్వర్గాది ఖండం ప్రచురిస్తున్నాము. ఈ నిఘంటువు అనే పుష్పగుచ్చమును అందరికీ అనువుగా ఉండుట కొరకు సులువుతరం చేయాలని, అందులోని ప్రతి శబ్దం విడదీసి, విడమరచి, చిన్ని, చిన్ని కథలుగా (పురాణములు, ఉపనిషత్తుల నుండి సేకరించి) వివరించి, రూపు దిద్ది మీకు అందచేస్తున్నాము. ఈ పుష్పగుచ్చము లోని గుబాళులనుఆస్వాదించి, మకరందమును గ్రోలి, భావి తరాల వారికి అందచేస్తారని ఆశిస్తున్నాము.

తిగవరపు వనజ

గ్రంథ ప్రశంస

జ్ఞానవృద్ధులైన తీగవరపు వనజ గారు ఎంతో కాలంగా సంస్కృత సాహిత్యం పట్ల మక్కువతో ఎన్నో రచనలు చేశారు. తన సాంకేతిక మెళకువల ద్వారా అంతర్జాల మాధ్యమం ద్వారా కూడా సాహిత్య సంబంధమైన కార్యకలాపాలు చేపడుతున్నారు.

ప్రస్తుతం ముద్రింపబడుతున్న అమరకోశంలోని స్వర్గవర్గము నుండి శ్లోకములకు సంబంధించిన వివరణ చాలా చక్కగా ఉంది. సందర్భానుసారంగా పలు ఉదాహరణలను కూడా పేర్కొనడం ఈ పుస్తకంలోవిశేషం. ఈ పుస్తకం పదజ్ఞానమును సంపాదించాలని కోరువారికి ఎంతో ఉపయోగకరంగా ఉంది. స్వర్గవర్గానికి ఆంగ్లంలో కూడా క్లుప్త వివరణ ఇస్తూ వనజ గారు ఇటీవల మరొక పుస్తకాన్ని ప్రచురించారు.

వనజ గారు భగవదనుగ్రహం వల్ల మరెన్నో రచనలు చేసి సాహితీలోకానికి, విద్యార్థిలోకానికి అందివ్వాలని కోరుకుంటూ నమస్కారములతో...

Dr. S. Kalyani Gannamaraju
M.A., Ph.D (Sanskrit Literature)

ప్రార్థన శ్లోకములు

గణేశ ప్రార్థన

లిప్యంతీకరణ;

శుక్లాంబరధరంవిష్ణుంశశివర్ణం చతుర్భుజం

ప్రసన్నవదనంధ్యాయేత్సర్వవిఘ్నోపాశాంతయే॥

ప్రతిపదార్థం;

శుక్ల = తెలుపు; అంబరం = వస్త్రం; ధరమ్ = ధరించుట; శశివర్ణం = చంద్రుని వంటి కాంతి కలిగినవాడు; చతుర్భుజం = చతుర్ + భుజమ్ = 4 + భుజములు; ప్రసన్నవదనమ్ = ప్రశాంతమైన ముఖం (వదనమ్); ధ్యాయేత్ = ధ్యానం చేయుట; సర్వ = అన్ని; విఘ్ను: = విఘ్నముము; ఉపశాంతయే = తీసివేయుట, నిర్మూలించుట;

తాత్పర్యం;

ఎవరైతే తెల్లని వస్త్రములు ధరిస్తారో, ఎవరైతే చంద్రుని వంటి కాంతి కలిగి ఉంటారో, ఎవరైతే 4 భుజములు, ప్రసన్న వదనం కలిగి ఉంటారో, ఆ విఘ్నేశ్వరుని, మా యొక్క అన్ని విఘ్నములను నిర్మూలించమని ప్రార్థిస్తూ భక్తితో హృదయపూర్వకముగా ప్రణమిల్లుతున్నాను;

సరస్వతి ప్రార్థన

లిప్యంతీకరణ;

యా కుందేందుతుషారహారధవళా యా శుభ్ర వస్త్రావృతా

యా వీణా వరదండమందితకరా యా శ్వేతపద్మాసనా।

యా బ్రహ్మాచ్యుతశంకరప్రభృతిభిర్దేవ: సదా పూజితా

సా మామ్ పాతు సరస్వతి భగవతీ ని:శేషజాడ్యాప: ॥

ప్రతిపదార్థం;

కుంద: = ఒక రకమైన మల్లెపువ్వు; ఇందు: = చంద్రుడు; తుషార: = మంచు; హార: = హారం, దండ; ధవళ = మెరుస్తున్న తెలుపు; శుభ్ర = మచ్చ లేనిది, పవిత్రమైనది; వస్త్రమ్ = వస్త్రం; ఆవృత = కప్పుట; వీణా = వీణ (హిందువుల తీగ వాయిద్యం); వర: = వరము; దండ: = బాహువులు; మందిత = అలంకరింపబడుట; కరా = చేతులు; శ్వేత = తెలుపు; పద్మ = కమలం; ఆసన = కూర్చునిఉంటారో; బ్రహ్మ: = బ్రహ్మ; అచ్యుత: = విష్ణువు; శంకర: = శివుడు; దేవ: = దేవతలు; ప్రభుతి: = మొదలగువారు; సదా = ఎల్లప్పుడు; పూజితా = పూజింపబడుట; పాతు = రక్షించుట; సరస్వతి = సరస్వతి; భగవతీ = దేవత, దేవీ; నిశ్శేష = పూర్తిగా తొలగించుట; జాడ్యాప: = అజ్ఞానం;

తాత్పర్యం;

ఎవరైతే మల్లెపువ్వు తెలుపు గా ఉంటారో, చంద్రుడు అంత చల్లగా ఉంటారో, మంచులాగా తెల్లగాప్రకాశిస్తుఉంటారో, ప్రకాశించే ముత్యపు హారం లాగా మెరుస్తూ ఉంటారో, శుభ్రమైన తెల్లని వస్త్రములు ధరిస్తారో, ఎవరి చేతులు వీణ వాయిస్తూ ఉంటాయో, ఎవరు భక్తుల కోరికలు తీరుస్తారో, ఎవరైతే తెల్ల కమలము పై కూర్చునిఉంటారో; ఎవరు బ్రహ్మ, శివుడు, విష్ణువు, దేవతలు మొదలగు వారితో పూజింపబటడతారో; ఆ దేవి సరస్వతి కి నేను హృదయపూర్వముగా ప్రణమిల్లుతున్నాను.

ఏక శ్లోక రామాయణం

లిప్యంతీకరణ;

ఆదౌ (పూర్వమ్) రామ తపోవనాదిగమనమ్
హత్వామృగమ్కాఞ్చనమ్

వైదేహిహరణమ్ జటాయు మరణమ్ సుగ్రీవసంభాషణమ్

వాలీనిర్దళనమ్ (వాలీనిగ్రహణమ్) సముద్రతరణమ్
లంకాపురీదాహనమ్

పశ్చాద్రావణకుంభకర్ణహానన (కుంభకర్ణకదనమ్) మేతద్ధి
రామాయణం ॥

ప్రతిపదార్థం;

ఆదౌ = చాలా కాలం క్రిందట; రామ: = రామ; తపోవనమ్ =
తపస్సు చేసే ఆశ్రమం; ఆది = మొదలు; గమనమ్ = వెళ్ళుట;
హత్వా = చంపుట; మృగమ్ = జింక; కాంచనమ్ = టంగారం;
వైదేహి: = సీతాదేవి; హరణమ్ = అపహరించుట; జటాయు: =
రావణుని తో యుద్ధం చేసిన గ్రద్ధ, రామ భక్తుడు; మరణమ్ =
మరణము; సుగ్రీవ: = ఋష్యశృంగ పర్వతముల (ప్రస్తుతం హంపి
ప్రాంతం, కర్ణాటక రాష్ట్రం, భారత దేశం) నుండి పరిపాలించిన
వానర రాజు; సంభాషణమ్ = సంభాషణం; వాలి: = వానర రాజు
(సుగ్రీవుని అన్న); నిర్దళనమ్ (నిగ్రహణమ్) = చంపుట; సముద్ర:
= సముద్రం; తరణమ్ = దాటుట (సముద్రం); లంకాపురి: = లంక

పట్టణం, రాక్షసరాజైన రావణాసురుడు పరిపాలించినది (ప్రస్తుతం దీనిని శ్రీ లంక గా వ్యవహరిస్తారు. రామాయణ కాలం నుండి ఈ భూ భాగం భారత దేశం యొక్క దక్షిణ ప్రాంతం లో ఉన్న ద్వీపం); పశ్చాత్ = తరువాత; రావణ: = రావణాసురుడు, రాజు; కుంభకర్ణ: = రావణాసురుని పెద్ద తమ్ముడు; హాననమ్ = చంపుట; తద్ = అది; రామాయణమ్ = రామాయణం;

తాత్పర్యం;

శ్రీ మహావిష్ణువు 7 వ వైవస్వత మన్వంతరోలోని 24 వ చతుర్యుగం యొక్క త్రేతా యుగం లో, అయోధ్య (ప్రస్తుతం ఉత్తర ప్రదేశ్, భారత దేశం) నగరమును రాజధాని గా, కోసల రాజ్యాన్ని పరిపాలించే ఇక్ష్వాకువంశస్థుడైన దశరథ మహారాజుకు పుత్రుడుగా జన్మించెను. ఆయన పేరు శ్రీరాముడు. శ్రీ రాముడు, ఆయన దేవేరి అయిన సీతాదేవి [{విదేహ రాజ్యమునకు రాజధాని అయిన మిథిల (ప్రస్తుతం ఆ ప్రాంతం జనక పురి అనే పేరుతో పిలవబడుతోంది) నేపాల్, భారత్ దేశం లోని బిహార్ రాష్ట్రం సరిహద్దులలో, నేపాల్ లో ఉంది} ను పరిపాలించిన శ్రీధ్వజవంశస్థుడైన జనక మహారాజు పుత్రిక] తో, తమ్ముడు లక్ష్మణుని తో అడవికి వెళ్ళారు. అక్కడ బంగారు (మాయ) లేడిని సంహరించాడు. ఆ సమయం లో వైదేహిని రావణాసురుడు (రావణాసురుని అసలు పేరు దశకంతుడు, దశగ్రీవుడు) అపహరించితీసుకువెళ్ళుండగా, జటాయు ఎదురుపడి యుద్ధంచేసి రెక్కలు విరగగొట్టబడివిఫలమయ్యాడు. రాములక్ష్మణులు సీత దేవి ని వెతుకుతూ ఋష్యమూక పర్వత ప్రాంతములలో సుగ్రీవుడు అనే వానర రాజుని, హనుమంతుని కలిసిరి. వాలిని సంహరించి తనదైన సుగ్రీవుని రాజ్యం తిరిగి ఇప్పించెను. రాముని ఆదేశం తో హనుమంతుడు 100 యోజనముల (1 యోజనం = 12 కి మీ లేక

సుమారుగా 8 మైళ్ళు) దూరం సముద్రమును దాటి, రాక్షస స్త్రీలచే కాపలాకాయబడుతున్న సీతా దేవి దర్శించేను. రాముడు లక్ష్మణ, సుగ్రీవ, హనుమంతుడు మొదలగు వానరులను, జాంబవంతుడు మొదలగు భల్లూకముల సైన్యం తో లంకపురిని ముట్టడించి, రావణ, కుంభకర్ణులను సంహరించి, రావణుని ఆఖరి తమ్ముడైన విభీషణుని లంకాపురికి [యుద్ధం తరువాత రావణుని రాజ్యం చాలా భాగం సముద్రంలో మునిగిపోయినందువలన, మిగిలిన భాగమును (ప్రస్తుతం శ్రీ లంక ను) విభీషణ లంక అంటారు. శ్రీ రాముడు విభీషణునకు చిరంజీవి అనే వరం ప్రసాదించారు] పట్టాభిషిక్తుని గావించి, తిరిగి అయోధ్యకు వచ్చి పట్టాభిషిక్తుడైసుమారుగా 11,000 సం. (త్రేతా యుగం లో మానవుని ఆయుషు 10,000 సం.) పాలించి రామరాజ్య స్థాపన గావించాడు. శ్రీమద్రామాయణం మహర్షి వాల్మీకి విరచితం.

ఏక శ్లోక భాగవతం

లిప్యంతీకరణ;

ఆదౌ దేవకీదేవి గర్భజననంగోపీగృహేవర్ధనమ్

మాయాపూతనజీవితాపహరణంగోవర్ధనోద్ధారణం

కంసచ్ఛేదనకౌరవాదిహననంకుంతీసుతామ్ పాలనం

యేతత్భాగవతమ్ పురాణకథితమ్ శ్రీకృష్ణలీలామృతమ్ ॥

ప్రతిపదార్థం;

ఆదౌ = చాలా కాలం క్రిందట; దేవకీదేవి: = మధుర రాజ్యాన్ని పరిపాలించిన రాజు వసుదేవుని భార్య; గర్భ = బిడ్డ; జననమ్ = జన్మించుట; గోపీగృహే = గోపికల ఇళ్ళలో; వర్ధనమ్ = పెరుగుట; మాయాపూతన = మాయా + పూతన = పూతన అనే రాక్షసి మాయ చేత అందమైన స్త్రీ రూపం ధరించి శిశువైన కృష్ణునికి తల్లి పాల ద్వారా విషం ఇచ్చి చంపడానికి ప్రయత్నించింది; జీవితాపహరణమ్ = జీవిత + అపహరణమ్ = జీవితం + అపరించుట = చంపుట; గోవర్ధనోద్ధారణమ్ = గోవర్ధన + ఉద్ధారణమ్ = గోవర్ధన పర్వతం + ఎత్తుట = గోవర్ధన పర్వతం ఎత్తుట; కంస: = మధురా నగరం ను పాలించే దుష్టుడైన మహారాజు, కృష్ణుని మేనమామ; చ్ఛేదన = చంపుట; కౌరవాది = కౌరవులు + ఆది = కౌరవులు, మిగిలినవారు (భీష్మ, ద్రోణ, అశ్వత్థామ, కర్ణ మొదలగువారు); హననమ్ = చంపుట (యుద్ధం లో శత్రువును సంహరించుటకు సహాయం

చేయుట); కుంతీసుతాన్పాలనమ్ = కుంతీ + సుతాన్ + పాలనమ్ = పాండు రాజు [కౌరవులకు తండ్రి అయిన ధృతరాష్ట్రుని మహారాజు యొక్క తమ్ముడు], పాండవుల (ధర్మరాజు, భీముడు, అర్జునుడు, నకులుడు, సహదేవుడు) తల్లి, కృష్ణుని మేనత్త + పుత్రులు + రక్షించుట; ఏతత్భాగవతమ్ = ఏతత్ + భాగవతమ్ = ఇది భాగవతం; పురాణకథితం = పురాణం; శ్రీకృష్ణలీలామృతం = శ్రీకృష్ణ + లీల + అమృతం = శ్రీకృష్ణ లీలలు ఎప్పుడు అమృతమే;

తాత్పర్యం;

శ్రీ మహావిష్ణువు 7 వ వైవస్వత మన్వంతరం లోని 28 (ప్రస్తుత) చతుర్యుగం లోని ద్వాపర యుగం లో శ్రీ కృష్ణుడు గా అవతరించి దుష్టశిక్షణ, శిష్టరక్షణ గావించాడు. విష్ణువు ప్రతి ద్వాపర యుగం లో వ్యాసుడు (రచయిత) గా అవతరించి వేదములను 4 భాగములుగా విభజిస్తాడు. అవి యుజుర్వేదం, ఋగ్వేదం, సామవేదం, అథర్వణ వేదం. వ్యాస మహర్షి మహాభారతం, భాగవతం, అష్టాదశ (18) పురాణములు, అష్టాదశ, ఉపపురాణములు మొదలగునవి రచించేను. వ్యాస మహర్షి చిరంజీవి. ఈ చతుర్యుగం లో ఆయన పేరు కృష్ణ (నలుపు) ద్వైపాయనుడు (ద్వీపం లో జన్మించినవాడు).

శ్రీ కృష్ణుడు దేవకి, వసుదేవులకు పుత్రుడు గా జన్మించి, గోకులం లోని నందుడు (వసుదేవుని తమ్ముడు), యశోద వద్ద దత్త పుత్రినిగా పెరిగాడు. శిశువు గా పూతన అనే రాక్షసిని పాలు త్రాగుతూ, బాలునిగా మరి కొంతమంది రాక్షసులను సంహరించాడు. అతి వర్షం లో గోకులం మునిగినప్పుడు గోవర్ధన పర్వతమును ఎత్తి గోవులను, గోపాలురను రక్షించాడు. తల్లి ఐన యశోదకు నోటిలో 14 భువనములను చూపించి తానే పరమాత్మ

అని తెలియపరిచినాడు. సుమారు 11 సం వయస్సులో గోకులం వదిలి మధురకు వెళ్ళి మేనమమ ఐన కంసుని సంహరించాడు. కురుక్షేత్ర యుద్ధం లో అర్జునికి భగవద్గీత బోధించి, మాట సహాయం తో (యుద్ధం లో కృష్ణుడు ఆయుధం పట్టలేదు) కౌరవులను సంహరింపచేసి, పాండవులను గెలిపించాడు. ఇదియే శ్రీకృష్ణలీలామృతం,

ఏక శ్లోక మహాభారతం

లిప్యంతీకరణ;

ఆదౌధార్తరాష్ట్రజననమ్ లాక్షగృహదాహనమ్

ద్యూతమ్ శ్రీహరణం వనే విహరణమ్ మత్స్యాలయే వర్తనమ్

లీలాగోగ్రహణం రణే విహరణమ్ సంధిక్రియాద్యుంభణమ్

పశ్చాద్భీష్మసుయోధనాధినిధనమ్ హ్యేతన్మహాభారతం ॥

ప్రతిపదార్థం;

ఆదౌ = పూర్వం; పాండవులు, కౌరవురులు మహారాజైన కురు సంతతి కి చెందినవారు; పాండవధార్తరాష్ట్రజననమ్ = పాండవ + ధార్తరాష్ట్ర + జననమ్ = పాండవులు [పాండు రాజు (ధృతరాష్ట్ర మహారాజు యొక్క తమ్ముడు)] + ధార్తరాష్ట్ర [అంధుడైన ధృతరాష్ట్ర మహారాజు, గాంధారి (కళ్ళను ఎప్పుడు కప్పుకుంటుంది)] + జన్మించుట; లాక్షాగృహ = లాక్షా + గృహ = లక్క (తొందరగా కాలుతుంది) + ఇల్లు = లక్క ఇల్లు; దహనమ్ = బూడిద అయ్యేవరకు కాలుట; ద్యూతమ్ = జూదం; శ్రీహరణమ్ = అన్నీ నష్టపోవుట [ధర్మరాజు పెద్ద తండ్రి పుత్రుడైన దుర్యోధనుని (కౌరవులలో అందరికంటే పెద్దవాడు) తో హస్తినాపురం లో (ప్రస్తుతం న్యూ ఢిల్లీ కి 120 కి. మీ. దూరం) జూదం ఆడి తన రాజ్యమైన ఇంద్రప్రస్థం (ప్రస్తుతం న్యూ ఢిల్లీ) తో సహ అన్నీ ఓడిపోయాడు]; వనే = వనము లో (కామ్యకా, ద్వైత); విహరణమ్ = నివసించుట; మత్స్యాలయే = విరాట రాజు

పరిపాలించిన రాజ్యం; వర్తనమ్ = నివసించుట; లీలాగోగ్రహణమ్ = లీలా + గో + గ్రహణమ్ = మళ్ళించుట + ఆవులు + పట్టుకొనుట; రణవిహారణమ్ = యుద్ధం చేయుట; సంధిక్రియాఱ్ఘంభణమ్ = సంధి + క్రియా + ఱ్ఘంభణమ్ = సంధి + కార్యం + పొసగలేకపోవుట = సంధి కార్యం పొసగలేకపోవుట; పశ్చాత్ = తరువాత; భీష్మసుయోదనాదినిధనమ్ = భీష్మ + సుయోధన (దుర్యోధన) + ఆది = భీష్ముడు, సుయోధనుడు మొదలగువారు మరణించుట; యేతన్మహాభారతమ్ = ఇది మహాభారతం;

తాత్పర్యం;

పాండవుల, కౌరవుల పూర్వీకుడు కురు మహారాజు (వామన పురాణం నుండి గ్రహింపబడ్డది) విష్ణువును మెప్పించుటకు తీవ్రమైన తపస్సు చేసెను. అప్పుడు విష్ణువు ప్రత్యక్షము కాగా కురు మహారాజు 2 విశేషమైన కోరికలు కోరెను. అవి 1. ఈ ప్రాంతం ఎప్పుడు ధర్మక్షేత్రమైన కురుక్షేత్రముగా ప్రసిద్ధి పొందవలేను. 2. ఈ ప్రాంతములో ఎవరు మరణించినా స్వర్గప్రాప్తి కలుగవలెను. అందువలన ఈ ప్రాంతం మహాభారత యుద్ధమునకు ఎన్నుకొటడి కురుక్షేత్ర యుద్ధము గా పేరు పొందినది.

పాండవులు (ధర్మరాజు, భీముడు, అర్జునుడు, నకులుడు, సహదేవుడు), కౌరవులు [దుర్యోధనుడు (సుయోధనుడు), దుశ్శాసనుడు మొదలగువారు 100 మంది, 1 కుమార్తె దుశ్శల] అన్నదమ్ముల పిల్లలు. వీరు చిన్నపటి నుంచి గొడవపడుతూందేవారు. ధృతరాష్ట్రుడు, పాండు రాజు పరిపాలిస్తున్న హాస్తినాపురం నుంచి ఈర్ష్యపరులైన కౌరవులు, పాండవులను బహిష్కరించి లక్క ఇంటిలో బలవంతముగా నివశింపచేసి దానిని

భస్మం చేయించారు. తరువాత పాండవులు కొంతకాలం ఎవరికి కనిపించకుండా పలు ప్రాంతములలో నివసించారు. ఆ సమయం లో భీముడు హిడింబాసురుడు అనే రాక్షసుని సంహరించి, రాక్షసి అయిన హిడింబిని వివాహం చేసుకొనగా, ఘటోత్కచుడు జన్మించాడు. అర్జునుడు గాంధార రాజ్యం [ప్రస్తుతం (ఆఫ్ఘనిస్తాన్ కొంత ప్రాంతం, నేపాల్ లోని కొంత ప్రాంతం, కాశ్మీర్ లోని కొంత ప్రాంతం)] రాజైన ద్రుపదుని పుత్రిక ద్రౌపది ని స్వయంవరం (స్త్రీ నచ్చిన వరుని ఎన్నుకొనుట) లో మత్స్య యంత్రం (మత్స్య యంత్రం అనగా పైన కట్టి ఉన్న చేప ప్రతిబింబమును కింది నీటిలో చూసి బాణముతో కొట్టుట) ఛేదించి, గెలిచి, కుంతి దేవి పొరపాటు ఆదేశం వలన మిగిలిన నలుగురితో పంచుకున్నాడు.

ధర్మరాజు ఇంద్రప్రస్థ రాజ్యంమునకు పట్టాభిషిక్తుడైన తరువాత కౌరవులు అసూయతో మేనమామ అయిన శకుని సహాయముతో మయాజూదం లో పాండవులను ఓడించి 12 సంవత్సరములు అరణ్యవాసం, 1 సంవత్సరము అజ్ఞాతవాసం (మారువేషం) నకు పంపించారు. పాండవులు అరణ్యవాసం కామ్యక, ద్వైత వనములలో (ప్రస్తుత పంజాబ్ ప్రాంతం), అరణ్యవాసం మత్స్య రాజైనవిరాటుని రాజ్యం లో గడిపి, ఉత్తర గోగ్రహణం లో వారికి సహాయం చేసి అజ్ఞాతవాసం పూర్తి చేశారు. కౌరవులతో సంధి పొసగనందువలన, కురుక్షేత్ర మహాసంగ్రామం 18 రోజులు నడిచింది. అందులో లో మహారథులైన భీష్మ, ద్రోణ మొదలగువారు స్వర్గస్తులైనారు. మొదటి రోజు యుద్ధం ప్రారంభంలో కృష్ణుడు అర్జుని ద్వారా భగవద్గీత ప్రపంచానికి అందించాడు. చివరి రోజు (18) యుద్ధం అఖరి సమయం లో కృష్ణుడు భీష్మ పితామహుని చేత యుధిష్టురునికి (ధర్మరాజు) బోధింపచేయుట ద్వారా విష్ణుసహస్రనామం ప్రపంచానికి అందించాడు. యుద్ధానంతరం ధర్మరాజు 38 సం. రాజ్యపాలన చేసి

(ద్వాపర యుగం లో మానవుని ఆయుషు 1000 సం.) అర్జునుడు, సుభద్ర మనుమడైన పరీక్షిత్తు (ఉత్తర, అభిమన్యుల పుత్రుడు) ను రాజ్యాభిషక్తుని చేసి, 4 గురు సోదరులతో, ద్రౌపది తో కేదారనాథ్, బద్రీనాథ్ [బదరిక వనం, అనాది నుంచి (నర, నారాయణులు మొదలగు మునులు) ఇప్పటి వరకు తప్పస్సు చేసిన, చేస్తున్న ప్రాంతం), హేమకుండ సరస్సు (బ్రహ్మ కమలం అనే పవిత్రమైన కమలం ఈ పరిసరాలలో ఉన్న వాలీ ఒఫ్ ఫ్లవర్స్ అనే లోయలో పెరుగుతుంది) ద్వారా ప్రయాణించి స్వర్గమును చేరుకున్నారు. ఈ పర్వత ప్రాంతము పురాణాలలో గంధమాధాన (ప్రస్తుతం గద్వాల్ హిమాలయ ప్రాంతం) పర్వత ప్రాంతం గా ప్రసిద్ధి చెందింది.

ఈ పురాణం వ్యాస మహాభారతం గా ప్రసిద్ధి చెందినది. దీనిని పంచమవేదం అని కూడా అంటారు.

ఏక శ్లోక సుందరకాండ

లిప్యంతీకరణ;

యస్య శ్రీహనుమాననుగ్రహా బలాత్తీర్ణాంబుధిర్లీలయా

లంకా ప్రాప్య నిశామ్య రామదయితామ్ భఙ్గకత్వా వనమ్ రక్షసాన్

అక్షాదీన్ వినిహత్య వీక్ష్య దశకం దగ్ధ్వా పురీమ్ తామ్ పున:

తీర్ణాబ్ధి: కపిభిర్యుతో యమనమత్ తమ్ రామచంద్రంబుజే ॥

ప్రతిపదార్థం;

యస్య = ఎవరిదైతే; శ్రీ హనుమాన్; అనుగ్రహా: = అనుగ్రహం;
బలా = బలం; తీర్ణా = దాటుట; అంబుధి: = సముద్రం; లీలయా =
వినోద భరితమైన లీలలు (సముద్రం దాటుట అనే లీల వానరులకు
వినోదభరితం); లంకా = రావణాసురుడు పరిపాలించిన లంకా
పట్టణం (ప్రస్తుతం శ్రీ లంక); ప్రాప్య = చేరుట; నిశ్మయ = వినుట,
తెలుసుకొనుట; రామదైతమ్ = రామ + దైతమ్ = రాముని యొక్క
భార్య = సీతా దేవి; భఙ్కత్వా = భఙ్గ్ + కత్వా = హింస పెట్టుట +
ద్వేషం = ద్వేషం తో హింస పెట్టుట; వనమ్ = వనం (అశోక వనం);
రాక్షసాన్ = రాక్షస స్త్రీలు; అక్షాదీన్ = అక్షా + దీన్ = కన్నులు +
దీనమైన = దీనమైన కన్నులు; వినీహాత = బాధపడ్డ; దశకం = 10
తలల రావణాసురుడు; దగ్ధ్వా = కాల్చుట; పురీమ్ = లంకా పట్టణం;
పున: = మరల; తీర్ణాబ్ధి: = తీర్ణ + అబ్ధి: = దాటుట + సముద్రం =
సముద్రం దాటి; కపిభిర్యుతో = మిగిలిన వానరులతో; యమానమత్

= వెళ్ళి; తమ్ = అతను (హనుమంతుడు); రామచంద్రమ్ = రామచంద్రుని; భజే = ప్రార్థించుట;

తాత్పర్యం;

జటాయు అన్న సంపాతి ద్వారా సీతా దేవి లంకా పట్టణం తీసుకొనబడిందని తెలుసుకొని, హనుమంతుడు అత్యంత బలం తో సముద్రం దాటి, రాక్షస స్త్రీలతో, రావణాసురుని తో హింసింపబడుతూ, దు:ఖపడుతూ శిశుంప వృక్షం దగ్గర ఉన్న సీతాదేవిని చూచి ఆగ్రహం తో లంకా పట్టణమును కాల్చి, తిరిగి సముద్రం దాటి రాముచంద్రుని (మిగిలిన వానరులందరితో) కలిసి ప్రణమిల్లెను.

శ్రీరాముని అవతారమైన మధ్వపీఠాధిపతి శ్రీ రాఘవేంద్ర స్వామి, వాల్మీకి మహర్షి రామాయణం లోని సుందరకాండం లో 2885 (68 సర్గలు) శ్లోకములు కుదించి, భావం మొత్తం ఒకే శ్లోకములో ఇమిడ్చారు. ఈ శ్లోకం పఠించిన వారు అపారమైన ప్రయోజనములు పొందుతారు,

అమరకోశం

1 శ్లోకం

లిప్యంతీకరణ;

స్వరవ్యయమ్ స్వర్గనాకత్రిదివత్రిదశాలయాః

సురలోకో ద్యౌ దివౌ త్రివిష్టపమ్॥

ప్రతిపదార్థం;

స్వః = స్వర్గము (స్వ: = స్త్రీ, పురుష లింగములలో ఉపయోగించినపుడు స్వీయ అని అర్థం), ఇక్కడ స్వః అనునది అవ్యయము అనగా మార్పు లేనిది; స్వర్గ: = స్వర్గము, నాకః = స్వర్గము, త్రిదివః = స్వర్గము, త్రిదశాలయః = స్వర్గము, సురలోకః = దేవతలు యొక్క లోకం (స్వర్గము), ద్యౌః = స్వర్గము, దివౌః = స్వర్గము, త్రివిష్టపమ్ = స్వర్గము;

2, 3, 4 శ్లోకములు

లిప్యంతరీకరణ;

అమర నిర్జర దేవా త్రిదశా విబుధా సురాః

సుపర్వణః సుమనసస్త్రిదివేశా దివౌకళః ॥

ఆదితేయా దివిషదో లేఖా అదితినందనాః

ఆదిత్యా ఋభవోఽస్వప్నా అమర్త్యా అమృతానంధసః ॥

బర్హిర్ముఖాః క్రతుభుజో గీర్వాణా దానవారాయః

బ్యందారకా దైవతాని దేవతా స్త్రియామ్ ॥

ప్రతిపదార్థం;

అమర = దేవతలు, మరణం లేకుండా ఉన్నవారు; నిర్జరా = ముసలితనం లేని వారు, దేవతలు; దేవాః = దేవతలు, త్రిదశః = 3 × 10 దేవతలు; విబుధాః = తెలివి గలవారు; సురాః = దేవతలు; సుపర్వణః = స్తుతింపబడేవాళ్లు (దేవతలు); సుమనసః = మంచి మనస్సు కలిగినవారు; త్రిదివేశా: = ముల్లోకములను పాలించేవారు; దివౌకసః = ఆకాశం లో నివసించేవారు, దేవతలు; ఆదితేయః = అదితి పుత్రుడు, సూర్యుడు; దివిషద: = దేవతలు; లేఖ: = విదియనాడు కనిపించే చంద్రుడు; అదితినందనాః = అదితి పుత్రులు, ఆదిత్యా: = సూర్యుడు, అదితి పుత్రుడు; ఋభవ: = కోరికలు తీర్చేవారు, దేవతలు; అస్వప్నా: = అ + స్వప్న = లేదు + కలలు = కలలు లేని

వాడు, దేవతలు; అమర్త్యా: = అమరులు, దేవతలు; అమృతాందస:
= దేవతలు; టహిర్ముఖా: = దేవతలు, క్రతుభుజ: = క్రతు + భుజ:
= హవిస్సులు + స్వీకరించువారు = దేవతలు; గీర్వాణ: (నిర్వాణ)
= శరీరం వదిలి వెళ్ళుట, దానవారాయ: = దానవ + అరాయ =
దానవ + శత్రువులు = దేవతలు, ట్బందారకా: = దేవతలు, దైవతా:
= దేవతలు;

5 శ్లోకం

లిప్యంతీకరణ;

ఆదిత్య విశ్వవస్తుషిత'భాస్వరా'నిలా

మహారాజికసాధ్యాశ్చ రుద్రాశ్చ గణ దేవతా: ॥

ప్రతిపదార్థం;

ఆదిత్యా: = అదితి సంతతి వారు, దేవతా సమూహములు, ఇవి 12; విశ్వ: = దేవతా సమూహములు, ఇవి 10; వసవ: = దేవతలు, వీరు 8: తుషితా: = దేవతా సమూహములు, ఇవి 36; అభాస్వరా: = దేవతా సమూహములు, ఇవి 64; అనిలా: = దేవతా సమూహములు, ఇవి 48; మహారాజీక: = దేవతా సమూహములు; ఇవి 220; సాధ్య: = దేవతా సమూహములు, ఇవి 12; రుద్రా: = దేవతా సమూహములు, ఇవి 11;

వీరందరు దేవతా గణములు (సమూహములు), స్వర్గ లోకమునకు సంటం- దించినవారు.

6 శ్లోకం

లిప్యంతీకరణ;

విద్యాధరోఽప్సరోయక్షరక్షో గంధర్వ కిన్నెరాహో

పిశాచో గుహ్యక స్సిద్ధో భూతోఽమి దేవయోనయః ॥

ప్రతిపదార్థం;

వీరు అందరూ దేవతలకు జన్మించినవారు;

విద్యాధర: = కళ్ళకు అంజనం రాసుకునేవారు (ఉదా: జీమూతవాహనుడు మొదలగువారు); అప్సర: = అప్సరసలు, ఊర్వశి, మేనక మొదలగువారు; యక్ష: = యక్షులు, కుబేరుడు మొదలగువారు; రక్ష: = లంకాపురి లో నివసించేవారు [యక్షులు సృష్టికర్తను టక్షించు- దామని అనుకున్నారు, రక్షకులు రక్షిదాము అనుకున్నారు. కాలక్రమేణా రక్షకులు రాక్షసులుగా మారిపోయారు.]; గంధర్వ: = సంగీతకారులు (ఉదా: తుంబురుడు); కిన్నెర: = అశ్వముఖం గల వారు; పిశాచ: = దుష్ట శక్తులు; గుహ్యకు: = నిధి రక్షకులు (ఉదా: మణి, భద్ర మొదలగువారు); సిద్ధ: = సిద్ధులు (ఉదా: విశ్వవసువు); భూత: = భూతములు (ఉదా: రుద్రులు); వీరందరు గంధమాధన పర్వత ప్రాంతము [దీనినే హేమకూట పర్వత ప్రాంతముగా కూడా పిలుస్తారు. ఈ ప్రాంతం లో హేమకుండం అనే సరస్సు ఉన్నది. ప్రస్తుతం ఈ ప్రాంతాన్ని గడవాల్– హిమాలయము అంటారు. ఇవి ఉత్తరఖండ

రాష్ట్రం లో ఉన్నాయి. బద్రినాథ్ గుడి ఈ ప్రాంతం లో ఉన్నది] లో నివసిస్తున్నారని పురాణాలలో చెప్పబడింది. బ్రహ్మ మనస్సు లో నుంచి ఒక సరోవరం పుట్టింది. దాని పేరే " మానస సరోవరం ". అందువలననే అది చాలా పవిత్రమైనది. విద్యాధరులు, కిన్నెరులు, ఆప్సరసలు మొదలగువారు బ్రాహ్మి ముహూర్తం లో ఈ సరోవరం లో జలక్రీడలు ఆడుతారని ప్రజలు నమ్ముతారు. ఇప్పుడు కూడా చాలామంది యాత్రికులు చూశామని చెప్పున్నారు. ఐతే వారి రూపము మానవులకు కనిపించదు. వెలుగు కిందికి దిగుతున్నట్టు కనిపిస్తుంది   అని,   జలకాలు   ఆడుతున్నట్టుగాచప్పుళ్ళు వినిపిస్తాయని, వెలుగు తిరిగి పైకి వెళుతున్నట్టుగాకనిపిస్తున్నదనిఅ నిచెప్తారు.

7 శ్లోకం

లిప్యంతీకరణ;

అసురా దైత్యదైతేయదనుజేంద్రారిదానవాః।

శుక్రశిష్యాదితిసుతాఃపూర్వదేవా: సురద్విషః॥

ప్రతిపదార్థం;

అసురాః = రాక్షసులు; దైత్యా: = దితి పుత్రులు; దైతేయ: = దితి వారసులు; దనుజాః = రాక్షసులు; ఇంద్రారయ: = ఇంద్ర + అరయ = ఇంద్రుని యొక్క శత్రువులు (అరయ = శత్రువు), రాక్షసులు; పూర్వ దేవాః = (పూర్వ = ముందు) దేవతల కంటే ముందు పుట్టినవారు (రాక్షసులు); సురద్విషః = దేవతల శత్రువులు (ద్విష = శత్రువులు), రాక్షసులు;

8, 9, 10 శ్లోకములు

లిప్యంతీకరణ;

సర్వజ్ఞ స్సుగతో బుద్ధ ధర్మరాజస్తథాగతః।

సమస్త భద్రోభగవాన్మారజిల్లోకజిజ్జినహ॥

షడభిజ్ఞోదశబలోద్వయవాదీవినాయకఃమునీంద్ర।

శ్రీఘనఃశాస్తాముఃనిశాఖ్యమునిస్తు యః॥

స శాఖ్యసింహాసర్వార్ధసిద్ధః శౌద్ధోదనిశ్చసః।

గౌతమశ్చర్క బంధుశ్చమాయాదేవిసుతశ్చసః॥

ప్రతిపదార్థం;

సర్వజ్ఞః = అన్ని తెలిసినవాడు; సుగతః = అన్ని తెలిసినవాడు; బుద్ధః = బుద్ధుడు, అన్ని తెలిసినవాడు; ధర్మరాజః = న్యాయానికి రాజు; తథాగతః = అన్ని తెలిసినవాడు, సమస్తభద్రః = అందరినీ బాగా చూసుకునేవాడు; భగవాన్ = దేవుడు, అన్ని తెలిసినవాడు; మారజిత్ = (మార) చావు ని (జిత్) జయించినవాడు; లోకజిత్ = లోకాన్నిజయించినవాడు; భగవాన్ = దేవుడు, అన్ని తెలిసినవాడు; జినః = అన్నీ తెలిసినవాడు; షడభిజ్ఞ = షడ్ + అభిజ్ఞ = 6 జ్ఞానములు కలవాడు, బుద్ధుడు; దశబలః = 10 శక్తులు కలవాడు; అధ్యయవాదిన్ = మొదటి నుంచి చివరి వరకు అన్ని తెలిసినవాడు; వినాయకః = దారి చూపేవాడు;

మునీంద్ర: = ముని + ఇంద్ర: = ఋషుల లో గొప్పవాడు; శ్రీఘన: = బుద్ధుడు; శాస్తాముని: = మంగళకరమైన ముని; శాఖ్యముని: = శాఖ్య అనే ఆదివాసి తెగకు చెందిన సన్యాసి (వీరు ఇక్ష్వాకు వంశ వారసులు); శాఖ్యసింహ: = శాఖ్య తెగ సింహము; సర్వార్థసిద్ధ: = అన్ని తెలుసుకున్నవాడు; శౌద్ధోదని: = శుద్ధోదనుని పుత్రుడు; గౌతమ: = గౌతముడు, గౌతమ అనేది ఇంటి పేరు; ఆర్కబంధు: = సూర్యుని (ఆర్క) యొక్క చుట్టము(బంధు); మాయాదేవిసుత: = మాయాదేవి యొక్క పుత్రుడు. ఇవి అన్ని బుద్ధ దేవుని యొక్క, జిన (విష్ణువు భగవాన్ రిషభ దేవ్ గా అవతరించి జైన మతం స్థాపించాడు) యొక్క వివిధములైన పేర్లు. జ్ఞానోదయం కాక-ముందు బుద్ధ భగవానుని పేర్లు గౌతమ సిద్ధార్థ, శాంఖ్యముని. సిద్ధార్థ అంటే జ్ఞానము కలిగినవాడు.

11, 12, 13 శ్లోకములు

లిప్యంతీకరణ;

బ్రహ్మాత్మభూఃసురజేష్ఠః పరమేష్ఠి పితామహః।

హిరణ్యగర్భోలోకేశఃస్వయంభూశ్చతురాననః॥

ధాతా'బ్జయోనిర్ద్రుహిణోవిరించిఃకమలాసనః।

స్రష్టా ప్రజాపతిర్వేధావిధాతావిశ్వస్సృగ్విధిః॥

నాభిజన్మాండజః పూర్వోనిధనఃకమలోద్భవః।

సదానందోరజోమూర్తిః సత్యకోహంసవాహనః॥

ప్రతిపదార్థం;

బ్రహ్మన్ = సృష్టి కర్త; ఆత్మ భూః = ఆత్మ (స్వయం) + భూః(జన్మించుట), విష్ణువు కూడా స్వయం భూః; సురజ్యేష్ఠ: = సుర (దేవతలు) + జ్యేష్ఠ (అందరిలోకి పెద్దవాడు), విష్ణువు, వైష్ణవ పురాణం ప్రకారం విష్ణువే సృష్టి కర్త (బ్రహ్మ); పరమేష్ఠి: = అందరిలోకిఉన్నతమైనవాడు, బ్రహ్మ; పితామహా: = తాతగారు, బ్రహ్మ; హిరణ్యగర్భ: = బంగారు గుడ్డు లో నుంచి జన్మించినవాడు, బ్రహ్మ; లోకేశ: = లోక + ఈశ: = లోకానికి బ్రహ్మ; స్వయం భూః = తనకు తానుగా జన్మించుట; చతురాననః = చతుర + ఆనన: = 4 + ఆనన (ముఖములు), బ్రహ్మ; ధాతా = పవిత్రమైనవాడు, బ్రహ్మ; అబ్జయోని: = అబ్జ + యోని: = జన్మించుట + నీరు, నీటి

లో జన్మించుట, కమలం, బ్రహ్మ; దృహిణ: = నాయకుడు, బ్రహ్మ; విరించి: = బ్రహ్మ; కమలాసన: = కమల + ఆసన: = కమలం + కూర్చుండుట, కమలము మీద కూర్చున్నవారు, బ్రహ్మ; స్రష్టా = సృష్టి కర్త, బ్రహ్మ; ప్రజాపతి: = ప్రజా + పతి: = ప్రజల + నాయకుడు, బ్రహ్మ; వేధా: = పవిత్రమైనవాడు, బ్రహ్మ; విధాతా = విధి లిఖించేవాడు, బ్రహ్మ; విశ్వస్మృత = భయం లేనివాడు, బ్రహ్మ; విధి: = బ్రహ్మ; నాభిజన్మాండజ: = నాభి + జన్మ + అండజ: = అండం అనే మూలం నుంచి జన్మించుట, బ్రహ్మ; పూర్వ = ముందు; నిధన: = కుటుంబానికి పెద్దవాడు, బ్రహ్మ; కమలోద్భవ: = కమల + ఉద్భవ: = కమలములో జన్మించినవాడు, బ్రహ్మ; సదానంద: = సద + ఆనంద = ఎల్లప్పుడు ఆనందంగా ఉండేవాడు, బ్రహ్మ; సత్యకా = ఉత్తముడు, బ్రహ్మ; హంసవాహాన: = హంస వాహానం గా కలిగినవాడు, బ్రహ్మ.

14, 15, 16, 17, 18 శ్లోకాలు

లిప్యంతీకరణ;

విష్ణుర్నారాయణ: కృష్ణోవైకుంఠోవిష్టరశ్రవా:
దామోదరోహృషీకేశ:కేశవోమాధవఃస్వభూ:॥

దైత్యారి: పుండరీకాక్షోగోవిందోగరుడధ్వజ:
పీతాంబరో'చ్యుత: శార్జీవిశ్వక్సేనోజనార్దన:॥

ఉపేంద్ర ఇంద్రావరజశ్చక్రపాణిశ్చతుర్భుజ:
పద్మనాభోమధురిపుర్వాసుదేవస్త్రివిక్రమ:॥

దేవకీనందనఃశౌరిఃశ్రీపతిఃపురుషోత్తమ:
వనమాలి బలిద్వంసీ కంసారాతిరధోక్షజ:॥

విశ్వంభరఃకైటభజిద్విధుఃశ్రీవత్సలాంఛన:
పురాణపురుషోయజ్ఞపురుషోనరకాంతక:
జలశాయీవిశ్వరూపోముకుందోమురమర్దన:॥

ప్రతిపదార్థం;

విష్ణు: = సర్వత్ర వ్యాపించి ఉన్నవాడు; నారాయణ: = విష్ణువు;
కృష్ణ = 28 వ వైవస్వత మన్వంతరం లోని ద్వాపర యుగం లో
విష్ణువు అవతారం; వైకుంఠ: = వైకుంఠం లో నివసించేవాడు,

విష్ణువు; విష్టరశ్రవాః = అన్నిటి గురించి తెలుసుకునేవాడు, విష్ణువు; దామోదరః = దామ + ఉదర = తాడు + పొట్ట = చిన్ని కృష్ణుని నడుముకు తాడు కట్టినందు వలన కృష్ణునికి దామోదరుడు అనే పేరు వచ్చింది, విష్ణువు; హృషీకేశః = జ్ఞాన అవయవాలకు అధిపతి. విష్ణువు; కేశవః = పొడుగైన గిరజాల జుట్టు గలవాడు, కేశి అనే రాక్షసిని చంపినవాడు, విష్ణువు; మాధవః = మహాలక్ష్మి భర్త, విష్ణువు; స్వభుః = స్వయ ఉనికి కలవాడు, విష్ణువు; దైత్యారి: = దైత + అరి: = రాక్షసుల + శత్రువు, విష్ణువు; పుండరీకాక్ష: = పుండరీక + అక్ష: = కలువ రేకులు + కన్నులు = కలువ రేకుల వంటి కన్నులు కలిగినవాడు, విష్ణువు; గోవిందః = గోవులను కాచేవాడు, విష్ణువు; గరుడధ్వజ: = గరుడ + ధ్వజ: = గరుడుని అధిరోహించే వాడు, విష్ణువు; పీతాంబర: = పసుపు పచ్చని దుస్తులు ధరించే వాడు, విష్ణువు; అచ్యుతః = ధృడమైన వాడు, శాశ్వతమైన వాడు, విష్ణువు; శార్ఙ్గి = సారంగ అనే ధనస్సును (సముద్రము మధిస్తున్నప్పుడు పాల సముద్రము నుంచి వచ్చినది) పట్టుకున్న వాడు, విష్ణువు; విశ్వక్సేన: = రాక్షస సేనను నిరోధించిన వాడు, విష్ణువు; జనార్ధనః = మానవులకు సుఖదు:ఖములుకల్గించువాడు, విష్ణువు; ఉపేంద్ర = ఇంద్రుని సోదరుడు, ఇంద్రవరజ = కృష్ణుని యొక్క మరి యొక పేరు, విష్ణువు; చక్రపాణి = చేతితో చక్రం పట్టుకున్న వాడు, విష్ణువు; చతుర్భుజ: = నాలుగు భుజములు కలవాడు, విష్ణువు; పద్మనాభః = పద్మ + నాభ: = నాభి లో కలువ పువ్వు ఉన్నవాడు, విష్ణువు; మధురిపు: = మధు + రిపు: = మధు(రాక్షసుడు) + శత్రువు [సృష్టి మొదలు పెట్టినప్పుడు మొట్టమొదట విష్ణువు చెవిలోనుంచి మధు, కైటభ (కీటకం) అనే రాక్షసులు జన్మించి విష్ణువు తో 1000 సంవత్సరాలుయుద్ధం చేసి, ఆయన చేత చంపబడ్డారు.

వారి ఇద్దరి శరీరం లోని క్రొవ్వు (సంస్కృతం లో మేధ అంటారు) తో ప్రస్తుతం మనం ఉంటున్న ఈ భూమి (ఆకృతి) తయారైంది. అందువలన భూమిని ' మేధ ' లేక 'మేధిని'అని పిలుస్తారు అని దేవీ భాగవతం లో వివరించారు.]; వాసుదేవ: = వసుదేవుని కొడుకు, అంతట ఉండేవాడు; త్రివిక్రమ: = ముల్లోకాలను దాటినవాడు; దేవకీనందనః = దేవకీదేవి కొడుకైన కృష్ణుడు, విష్ణువు; శౌరిః = శూరుని పుత్రుడు, ఇంద్రియములను స్వాధీనపరచేవాడు; శ్రీపతి: = శ్రీ + పతి: = లక్ష్మి + భర్త, విష్ణువు; పురుషోత్తమ: = పురుష + ఉత్తముడు = పురుషులలో గొప్పవాడు, విష్ణువు; వనమాలీ(న్) = వన + మాలీ (న్) = తోట + కాపలాదారుడు, విశ్వం అనే తోటకి మాలి, అడవిలో దొరికే పూలతో తయారుచేసిన దండను ధరించేవాడు (తులసిమాల), విష్ణువు; బలిద్వంసీ (న్) = బలి + ద్వంసీ (న్), ప్రస్తుత 7 వ వైవస్వత మన్వంతరం లో ని 7 చతుర్యుగం లో ని త్రేతాయుగం మొదట్లో వామన అవతారం లో విష్ణువు, రాక్షస రాజైన బలి చక్రవర్తిని పాతాళానికి అణగద్రొక్కాడు; కంసారాతి: = కంస + ఆరాతి: = కంస + శత్రువు, మేనమామైన కంసుని 28 వ వైవస్వత మన్వంతరం లోని ద్వాపరయుగం లో కృష్ణునిగా విష్ణువు సంహరించాడు; అధోక్షజ: = ఎప్పటికీ నాశనం లేనివాడు, విష్ణువు; విశ్వంభర: = అన్నీ భరించేవాడు; కైటభజిత్ = కైటభ + జిత్ = కైటభ అనే రాక్షసుని గెలిచిన (జిత్) వాడు, విష్ణువు; విధుః = చెడుని నాశనం చేసి మంచిని రక్షించే వాడు, విష్ణువు; శ్రీవత్సలాంఛన: = శ్రీ + వత్స + లాంఛన: = లక్ష్మి + గుండె + ధరించినవారు = లక్ష్మిదేవిని గుండెలమీద పెట్టుకున్నవారు, విష్ణువు; పురాణపురుషుడు = మొదటినుంచి ఉన్నవాడు; నరకాంతక: = నరక + అంతక: = నరక + అంతము చేసినవారు,[28 వ వైవస్వతమన్వంతరములో ద్వాపరయుగం లో కృష్ణునిగా అవతరించి ప్రాగ్జ్యోతిష్పురం (ప్రస్తుతం గౌహతి,

అస్సామ్, భారత దేశం) ను పరిపాలించిన నరకుడు అనే అసురుని అంతం చేసినవాడు], విష్ణువు; జలశాయీ = జల + సాయీ = నీరు + శయనించిన = నీటి పైన శయనించినవాడు, విష్ణువు; విశ్వరూపమే = అన్ని రూపములు ధరించువాడు, విష్ణువు; ముకుందః = ముక్తి ప్రసాదించువాడు, విష్ణువు; మురమర్దన: = ముర + మర్దన: = ముర + చంపినవారు = ముర అనే రాక్షసుని చంపుట వలన విష్ణువు మురారి, మురహరి అనే పేరులతో పిలవబడుతున్నాడు.

19, 20, 21 శ్లోకములు

లిప్యంతీకరణ;

వాసుదేవస్యజనకః స ఎవానాకాదుందుభి

బలభద్రః ప్రళమ్బఘ్నోబలదేవోచ్యుతాగ్రజః

రేవతీరమణోరామఃకామపాలోహలాయుధాః ॥

నీలాంబరోరోహిణేయోస్తలాంఖో ముసలి హాలీ

సంకర్షణః సీరపాణిఃకాళిందిభేదనోటలః ॥

ప్రతిపదార్థం;

వాసుదేవస్యజనకః = వాసుదేవస్య + జనక: = కృష్ణుని యొక్క తండ్రి, వసు- దేవుడు; అనఘదుందుభి: = దుందుభి, వసుదేవుడు జన్మించినప్పుడు స్వర్గం లో దుందుభులు మ్రోగినవి. అందువలన వసుదేవుడు అనఘదుందుభి గా పేరుగాంచినాడు.

బలభద్ర: = ధారుఢ్యంగలవాడు, శక్తిమంతుడు, బలరాముడు; ప్రళమ్బఘ్ను: = ప్రలంభ + ఘ్న: = ప్రలంభ అనే దానవుని చంపినవాడు, బలరాముడు; బలదేవ: = వాయువు అంత బలం కలిగిన వాడు, బలరాముడు; అచ్యుతాగ్రజః = అచ్యుత + అగ్రజ: = కృష్ణుని పెద్ద అన్నగారు, బలరాముడు; రేవతిరమణ: = రేవతి + రమణ: = రేవతి + పతి = రేవతి యొక్క పతి, బలరాముడు; రామ: = బలరాముని విష్ణువు 8 వ అవతరంగా కూడా భావిస్తారు.

విష్ణువు యొక్క అంశ మొదట బలరాముని లో ప్రవేశించి తరువాత కృష్ణునిగా విస్తరించింది. బలరాముని లో ఆదిశేషుని అంశ కూడా ఉన్నది; కామపాలః = కామ + పాల: = కోరికలు + తీర్చుట = కోరికలు తీర్చేవాడు, బలరాముడు; హలాయుధః = హల + ఆయుధం = నాగలి ని ఆయుధం గా ధరించేవాడు, బలరాముడు; నీలాంబర: = నీల + అంబర: = నీల + దుస్తులు = నీలపు రంగు దుస్తులు ధరించేవాడు,; బలరాముడు; రౌహిణేయ: = వసుదేవుని రెండవ భార్య రోహిణి పుత్రుడు, బలరాముడు; తాళంక: = తాళ పత్రం యొక్క చిహ్నం ధరించేవాడు, బలరాముడు; ఆయన రథం యొక్కద్వజమ్ పేరు తాళంక ధ్వజం; ముసలీ = ముసలం ధరించేవాడు, బలరాముడు; హలీ = హలం ను పట్టుకునేవాడు, బలరాముడు; సంకర్షణ: = గర్భము మార్పిడి చేయుట, దేవకీ యొక్క 7 వ గర్భమును విష్ణుమాయ చేత వసుదేవుని రెండవ భార్య అయిన రోహిణి దేవి (రోహిణి బృందావనంలో నంద, యశోద దంపతుల దగ్గర ఉన్నప్పుడు) గర్భములో ప్రవేశపెట్టబడింది. అందువలన బలరాముడు, కృష్ణుడు ఇద్దరు సంకర్షణ అనే పేరు తో పిలవబడుతున్నారు. ఈ బాలుడు తెల్లగా ఉన్నందువలన రామ అని, బలవంతుడగుటవలన బలరాముడు అని పిలవబడుతున్నాడు. గోకులం లోని యశోదాదేవి దగ్గరకు పంపబడ్డ దేవకీ కి జన్మించిన 8 వ బాలుడు, నలుపుగా ఉండుటవలన, కృష్ణుడు (నలుపు) గా పేరుగాంచాడు; సీరపాణి: = సీర + పాణి: = నాగలి + చెయ్యి = చేతితో నాగలి పట్టుకున్నవాడు, బలరాముడు; కాళిందిభేదన: = కాళింది + భేదన: = కాళింది (యమున) నది + భేదించచైన లేక పక్కకి తిప్పిన వారు, బృందావనం దగ్గర కాళింది నదిని భేదించిన వారు, బలరాముడు; బలః = చాలా బలంగల వాడు.

22, 23 శ్లోకములు

లిప్యంతీకరణ;

మదనోమన్మథోమారఃప్రద్యుమ్నో మీనకేతనః

కందర్పోదర్పకోఽనఙ్గః కామఃపంచశరః స్మర ॥

శంభరారిర్మనసిజఃకుసుమేషురనన్యజః

పుష్పధన్వారతిపతిర్మకరధ్వజఆత్మభూః ॥

ప్రతిపదార్థం;

మదన: = ప్రేమ దేవుడు, కామదేవుడు; మన్మధుడు: = మనస్సుని దహించేవాడు, కామదేవుడు; మారః = ప్రేమ అనే భావావేశం కలిగినవాడు, కామదేవుడు; ప్రద్యుమ్న: = శ్రీకృష్ణ మరియు రుక్మిణి దంపతుల యొక్క పుత్రుడు, కామదేవుని యొక్క అవతారం; మీనకేతనః = మీన + కేతన = చేప + జండా = జెండా పై చేప బొమ్మ కలవాడు, కామదేవుడు; కందర్ప: = కామదేవుడు; దర్పక: = కామదేవుడు; అనఙ్గ: = అ + అఙ్గ: = లేవు + అంగములు = అంగములు లేనివాడు, కామదేవుడు, అతను = అ + తను = లేదు + శరీరం = శరీరం లేనివాడు, కామదేవుడు; {తారకాసురుడు అనే రాక్షసుడు శివుని కోసం ఘోర తపస్సు చేసి శివుని కుమారుని వలన తప్ప మిగిలిన ఎవరిచేత మరణం రాకూడదని శివుని దగ్గర వరం సంపాదించుకున్నాడు [అప్పుడు శివుడు భార్య (దక్ష ప్రజాపతి కూతురైన) సతీదేవి మరణ వియోగం లో మునిగి

తీవ్రమైన తపస్సు లో ఉన్నాడు]. ఇది అవకాశంగా తీసుకొని తారకాసురుడు మునులను, దేవాలను హింసించుచుండగా, దేవతలు హిమవంతుని కుమార్తె (వైవస్త మన్వంతరం లో జన్మించిన) పార్వతీదేవిని (సతీదేవి అవతారం) శివుని తపస్సు భంగము చేసి వివాహమాడమని ప్రార్థించగా, మన్మథుని సహాయం తో పార్వతి శివుని ప్రార్థించుచుండగా, మన్మథుని బాణములు తగిలి శివుడు ఆగ్రహించి మూడో కన్ను తెరిచి మన్మథుని భస్మము చేసెను. అప్పుడు రతీదేవి ప్రార్థనతో శివుడు సంతృప్తుడైమన్మథునికి (రతీదేవి కి మటుకేకనుపించేటట్టు) ఆకారం ప్రసాదించేను}.

కామః = కోరికలు కలవాడు; పంచశర: = పంచ + శర: = 5 + బాణములు = 5 బాణములు కలిగినవాడు, కామదేవుడు; స్మర: = ప్రేమ విషయములను జ్ఞప్తికి తెచ్చుకొనుట; శంబరారి: = శంబర + అరి: = శంబర అనే దానవునకు శత్రువు, కామదేవుడు; మనసిజ: = మనసి + జ: = విష్ణువు లేక బ్రహ్మ మనస్సు నుంచి జన్మించినవాడు, కామదేవుడు; కుసుమేషు: = కుసుమముల (పువ్వులు) బాణములు కలిగిన వాడు, కామదేవుడు; అనన్యజ: = అనన్య + జ: = తనకు తానుగా + జన్మించినవాడు = కామదేవుడు; పుష్పధన్వా = పుష్ప + ధన్వా = పూలు + ధనస్సు పట్టుకున్నవాడు = పూల ధనస్సు పట్టుకున్నవాడు, కామదేవుడు; రతిపతి: = రతి యొక్క భర్త = కామదేవుడు; మకరధ్వజ: = మకర + ధ్వజ: = మకరం పేరు గల చేప + జెండా = జెండా పై చేప బొమ్మ కలిగినవాడు, కామదేవుడు; ఆత్మభూః = ఆత్మ + భూః = స్వయం + జన్మించుట = స్వయంగా జన్మించుట, కామదేవుడు; మకరం అనగా మొసలి అని అర్థం, ఇక్కడ మకరం అనేది ఒక అందమైన చేప పేరు. గ్రీకు పురాణాలలో కామదేవుని "ఈరోస్" అని పశ్చిమ దేశాలలో "క్యూపిడ్" అని పిలుస్తారు.

24, 25 శ్లోకములు

లిప్యంతీకరణ;

అరవిందంఅశోకమ్ చ చూతమ్ చ నవమల్లిక

నీలోత్పలం చ పఞ్చైతేపంచబాణస్యసాయకః॥

ఉన్మాదనస్తాపనశ్చ శోషణ: స్తంభనస్థ

సమ్మోహనశ్చకామాశ్చ పంచ బాణ: ప్రకీర్తిథాః

బ్రహ్మసుర్విశ్వకేతుఃస్యాదనిరుద్ధఉపాపతిః॥

ప్రతిపదార్థం;

అరవిందం = కలువ; అశోకం = అశోకం; చూతమ్ = మామిడి; నవమల్లికా = మల్లె పూలు; నీలోత్పలం = నీలం కలువ; పంచై = ఈ ఐదు రకముల పూలు; పంచ బాణ: = ఐదు బాణములు; సాయకః = ప్రేమికుల మీద ఎప్పుడు కావాలంటే అప్పుడు వదలబడేటట్టు తయారుగా ఉంటాయి. వీటిని కామదేవుని యొక్క పూలబాణాలుఅనిచెప్తారు.

ఉన్మాదం = ప్రేమలో బాధపడుట; తాపం = శారీరకంగా కానీ మానసికంగా కానీ బాధపడుట, శోషమ్ = స్పృహ తప్పుట; స్తంభనం = స్తంభించుట; సమ్మోహనం = వశీకరించుట; కామ: = కోరిక; ప్రకీర్తి: = తెలియచెప్పుట; ఈ కోరిక యొక్క 5 బాణములు, ప్రేమ ను తెలియ చేస్తాయి. ఇవి కామదేవుని యొక్క భౌతిక బాణములు.

బ్రహ్మసు = బ్రహ్మ + సు = బ్రహ్మ + కొడుకు = అనిరుద్ధుడు, ప్రద్యుమ్నుని(కృష్ణ, రుక్మిణీ దంపతుల పుత్రుడు, కామదేవుని అవతారము) పుత్రుడు. అతని సార్ధకనామముబ్రహ్మసు. విశ్వకేతు: = అనిరుద్ధుడు పట్టలేని పరాక్రమవంతుడు, అతను అన్ని విషయములలోనూ శ్రీకృష్ణుని తో సమానమైనవాడు, అందువలన అనిరుద్ధుని విశ్వకేతు (విశ్వాన్ని పాలించేవాడు) అని పిలుస్తారు. స్యద: = వేగవంతమైనవాడు, అడ్డులేనివాడు; ఉషాపతి: = ఉషా + పతి: = ఉష (బాణాసురుని కూతురు) యొక్క పతి.

26 శ్లోకం

లిప్యంతీకరణ;

లక్ష్మీః పద్మాలయా పద్మా కమలా శ్రీహరిప్రియా

ఇందిరా లోకమాతా మా క్షీరోదతనయా రమా

భార్గవి లోకజననీ క్షీరసాగరకన్యకా॥

ప్రతిపదార్థం;

లక్ష్మీ: = విష్ణు దేవి యొక్క దేవేరి, లక్ష్మీదేవి ఐశ్వర్యమునకు, అదృష్టమునకు, శ్రేయస్సునకు దేవత; పద్మాలయా = పద్మ + లయా = పద్మ + నివాసం, పద్మము పైన కూర్చుండుట, లక్ష్మీ; పద్మా = ఒక చేతిలో కమలము పట్టుకున్న లక్ష్మీదేవి; కమలా = పద్మము వంటి ముఖము కలిగిన లక్ష్మీదేవి; శ్రీహరిప్రియా = శ్రీహరి + ప్రియా = విష్ణువు + ప్రియురాలు = విష్ణువు యొక్క ప్రియురాలు; ఇందిరా = అందమైనది, సూర్యుని లాగా వెలుగు కురిపించేది, లక్ష్మీదేవి; మా = తల్లి, లక్ష్మీదేవి; క్షీరోదతనయా = క్షీరోద + తనయా = పాలసముద్రము + కూతురు = పాల సముద్రం లో నుంచి ఉద్భవించినందు వలన సముద్రుని కూతురు గా పరిగణిస్తారు. [సముద్ర మధనం (6 వ మన్వంతరమైన చాక్షుస మన్వంతరం లో జరిగినదని పూరణములలో వివరింపబడ్డది) లో దేవతలు, దానవులు మందరపర్వతము ను కవ్వముగా, నాగరాజైన వాసుకి అనే సర్పమును తాడుగాను ఉపయోగించి

పాల సముద్రమును చిలకగా, అందులోనుండి కలువ పూవు మీద కూర్చుని, కలువ పువ్వు చేతిలో పట్టుకుని లక్ష్మిదేవి ఉద్భవించి విష్ణువును పతి గా స్వీకరించింది]. రమా = స్వామి(పతి) ని సంతోషపరచుట; భార్గవీ = భృగు మహర్షి యొక్క సంతతి లోని స్త్రీ. బ్రహ్మ సృష్టించిన మొట్టమొదటి సృష్టి లోని 9 మంది (నవ బ్రహ్మలు) మహర్షులలో భృగు మహర్షి ఒకరు. ఆయన దక్ష ప్రజాపతి పుత్రికను వివాహం చేసుకుని ఇద్దరు పుత్రులకు, ఒక పుత్రికకు జన్మ ఇచ్చారు. ఆమె పేరు లక్ష్మి, ఆమె విష్ణువును వివాహం చేసుకున్నారు. ఆయనకు కావ్యమాత (ఉశనా) అనే ఇంకొక భార్య కి శుక్రాచార్యుడు అనే పుత్రుని ప్రసాదించారు. శుక్రాచార్యలవారు దానవ గురువు. దేవతలు భృగు మహర్షిని బ్రహ్మ, విష్ణు, శివుని లో ఎవరు ఆధిపత్యం వహించగలరోకనుగొనమని కోరగా, చులకన చేసిన బ్రహ్మకు కలియుగం లో భూలోకంలో పూజలు జరగవు అని శపించి, శివునకులింగరూపం లో పూజలు జరుగునని శపించి, విష్ణు యొక్క ఛాతీ ని కాలుతో తో తన్ని ముద్ర వేసి విష్ణువునకు ఆధిపత్యం ఇచ్చారు. ఆ ముద్రని "శ్రీ వత్స లాంఛన" అని పిలుస్తారు. అందువలన లక్ష్మిదేవి ఆగ్రహించి వైకుంఠం వదిలివేయగా, విష్ణువు ఆమెను వెతుకుతూ భూలోకం వచ్చి వెంకటేశ్వరునిగావెలిశాడు.

భృగు మహర్షి "భృగు సంహిత" అనే జ్యోతిష్య శాస్త్రాన్ని రచించారు. లోకజనని = లోక + జనని = లోకం + తల్లి = లోకమునకు తల్లి; క్షీరసాగరకన్యక = క్షీర + సాగర + కన్య = పాలు + సముద్రం + పుత్రిక = పాలసముద్రం యొక్క పుత్రిక;

27 శ్లోకం

లిప్యంతీకరణ;

శంఖోలక్ష్మీపతిఃపాంచజన్యశ్చక్రమ్ముసుదర్శనః

కౌమోదకి గద ఖడ్గోనందకఃకౌస్తుభోమణిః ॥

ప్రతిపదార్థం;

లక్ష్మీపతి: = లక్ష్మీ + పతి: = లక్ష్మీ + భర్త = లక్ష్మీ యొక్క, భర్త, విష్ణు; శంఖం, విష్ణువు యొక్క, శంఖం పాంచజన్యం; వాల్మీకి రామాయణం లో, దేవ శిల్పి ఐన విశ్వకర్మ నిర్మించిన చక్రవాన్ అనే పర్వతం మీద పాంచజన అనే రాక్షసుని విష్ణువు సంహరించి, అతని శంఖాన్ని తీసుకొని పాంచజన్యం అని పేరు పెట్టాడు అని పేర్కొనబడింది. హరివంశం లో [శంఖ రూపం లో ఉన్న శంకాసుర (పాంచజన) అనే రాక్షసుడు ప్రభాస సముద్రం లో (ప్రభాస సముద్రం సోమనాథ దగ్గర ఉన్న అరేబియా సముద్రం లో ఒక భాగం. అక్కడ సరస్వతి, హిరణ్య, కపిల అనే మూడు నదుల యొక్క త్రివేణి సంగమమైన "ప్రభాస తీర్థం" ఉన్నది. శ్రీకృష్ణుడు నిర్యాణం చెందిన స్థలం అదే) నివసించేవాడు. శ్రీకృష్ణుని గురువైన సాందీపని మహర్షి యొక్క పుత్రుని శంకాసురుడుతీసికెళ్లినప్పుడు, కృష్ణుడు శంకాసురుని సంహరించి బాలుని తో పాటు శంఖం ని తీసుకొచ్చి పాంచజన్యం అని పేరు తో పిలవసగాడు; అని పేర్కొన్నారు]; సుదర్శన చక్రమ్ = విష్ణువు యొక్క చక్రం, సుదర్శన అనే పదం రెండు సంస్కృత పదముల కలయిక, సు = శుభప్రదం, దర్శన = దృష్టి; పురాణాల

కథనం దృష్ట్యా; విశ్వకర్మ కూతురు, సూర్యుని భార్య ఐన సంజనా దేవి, సూర్యుని వేడిని భరించలేకపోవడం వలన, విశ్వకర్మ సూర్యుని వెలుగు కొద్దిగా తగ్గించాడు. ఆ తగ్గించినంత వెలుగుతో ఆయన సుదర్శన చక్రం, పుష్పక విమానం, త్రిశూలం మరి కొన్ని ఆయుధాలు తయారు చేశాడు. సుదర్శన చక్రం లో ఎదురు బోదురు వరుసలలో వంద కోట్ల రంపపు చీలలు ఉన్నాయి. కౌమోదకి విష్ణువు గద పేరు. కౌమోదకి అనేది కుముద అనే సంస్కృత పదం లో నుంచి పుట్టింది. కుముద అనగ "నల్ల కలువ", "భూదేవి యొక్క ఆనందం". ఖడ్గం = కత్తి, విష్ణువు యొక్క ఖడ్గం పేరు "నందకం", విష్ణు పురాణం లో నందకం ను "జ్ఞానం" అని వర్ణించారు. వరాహ పురాణం లో నందకం ను "అజ్ఞానం ని నాశనం చేసేది" అని వర్ణించారు. కౌస్తుభ మణి సముద్ర మధనం లో పాలసముద్రం లో ఉద్భవించినది. ఆ మణి విష్ణువునకు అందించారు. ఈ ఆయుధాలు అన్నీ కృష్ణుని యొక్క ఉపకరణాలు.

28, 29 శ్లోకములు

లిప్యంతీకరణ;

చాప: శాంగము>రారేస్తూశ్రీవత్సలాంఛనంస్క్రుతమ్

ఆశ్వాశ్చశైబ్యసుగ్రీవమేఘపుష్పబలాహకా: ॥

సారథిర్దారుకో మంత్రి హ్యుద్ధవోశ్చనుజో గద:

గరుత్మాగరుడస్తాక్షర్యోవైనతేయ: ఖగేశ్వర:

నాగాంతకోవిష్ణురథ: సుపర్ణ: పన్నగాసన: ॥

ప్రతిపదార్థం;

మురారేస్తూ = మురారి యొక్క (మురా అనే రాక్షసుని సంహరించుటవలన విష్ణువు మురారి, మురహరి అనే పేరులతో పిలవబడుతున్నాడు); చాపం = విల్లు; శాఙ్గ: = పాలసముద్రం లో సముద్రమధనం అయినప్పుడు శాఙ్గ అనే చాపం (విల్లు) వెలువడి విష్ణువుకు ఇయ్యబడింది. శ్రీవత్సలాంఛనం అనే మచ్చ. భృగు మహర్షి విష్ణువు ఛాతీ మీద కాలితో తన్నినప్పుడు ఏర్పడినది. కృష్ణుని నాలుగు అశ్వముల పేర్లు శైబ, సుగ్రీవ, మేఘపుష్ప, బలాహకములు.

సారథి: = రథం నడిపేవాడు; దారుక: = దారుకుడు; మంత్రి = మంత్రి; ఉద్ధవ: = ఉద్ధవుడు(మంత్రి); అనుజ: = తమ్ముడు; గద: = వసుదేవుని, దేవకీ యొక్క పుత్రుడు, వాసుదేవుని తమ్ముడు.

గరుత్మాన్ = చాలా శక్తివంతమైన పక్షి; గరుడ: = గరుడ అనే పక్షి పురాణాలకి సంబంధించింది. కశ్యప మహర్షి, ఆయన భార్య ఐన వినతకు జన్మించిన వాడు గరుడుడు. ఆయన బలశాలి. కశ్యప మహర్షి మరి యొక భార్య కద్రువ సర్పములకు (పాములు) జన్మఇచ్చింది. పక్షులు, పాములు యెప్పుడు గొడవలు పడుతుండేవారు. వేయితలల సర్పం ఐన ఆదిశేషుడు చాలా బలవంతుడు. విష్ణువు గరుడుని వాహనం గాను, ఆదిశేషుని తల్పము గాను అమర్చుకున్నారు. గరుడుడు వాసుకి అనే సర్పంను యజ్ఞోపవీతం గాను, ఆదిశేషుని ఎడమ చేతికి, గుళిక అనే సర్పమును కుడి చేతికి, తక్షకుని నడుము పట్టి లాగాను ధరించాడు. తార్క్ష్య: = దూర దృష్టి కలవాడు; ఖగేశ్వర: = పక్షులలో గొప్పవాడు; నాగాంతక: = నాగ + అంతక = సర్పములను + నాశనం చేయుట = సర్పములను నాశనం చేసేవాడు; విష్ణురథ: = విష్ణు + రథ: = విష్ణువు యొక్క వాహనము; సుపర్ణ: = ఉత్తమమైన రెక్కలు కలవాడు; పన్నగనాశన: = పన్నగ + నాశన = సర్పములను నాశనము చేసేవాడు;

30, 31, 32, 33, 34 శ్లోకాలు

లిప్యంతీకరణ;

శంభురీషఃపశుపతిఃశివః శూలి మహేశ్వరః

ఈశ్వరఃశర్వాఈశానఃశంకరశ్చంద్రశేఖరః॥

భూతేషఃఖండపరశురుగ్గరీషోగిరిషోమృడః

మృత్యుంజయఃకృత్తివాసాఃపినాకిప్రమాధాధిపః॥

ఉగ్రఃకపర్ది శ్రీకంఠః శితికంఠః కపాలభృత్

వామదేవోమహాదేవోవిరూపాక్షస్త్రిలోచనః॥

కృశానురేతఃసర్వజ్ఞోధూర్జటినీలలోహితః

హరఃస్మరహరోభర్గస్యంటకఃశ్రీపురాంతకః॥

గంగధరో'అంధకరిపుఃక్రతుధ్వంసీ వృషధ్వజః

వ్యోమకేశోభవోభీమఃస్థాణురుమాపతిః

అహిర్బుఘ్న్యో'అష్టమూర్తిశ్చగజారిశ్చమహానాటః॥

ప్రతిపదార్థం;

శంభుః = శ్రేయస్సు ఇచ్చువాడు, శివుడు; ఈశః = భగవంతుడు, శివుడు; పశుపతిః = పశు + పతి = సకలచరాచరజీవరాసులు (కదిలేవీ, కదలనివి) + పతి = భరించేవాడు, శివుడు; శివః =

పరమానందం; శూలీ = త్రిశూలం ధరించేవాడు, శివుడు; మహేశ్వరః = మహో + ఈశ్వర: = అన్ని భగవంతుని రూపములలోకి శివ రూపం గొప్పది; ఈశ్వరః = భగవంతుడు; సర్వః = అంతటా ఉన్నవాడు, శివుడు; ఈశానః = రుద్రులలో ఒకడు, శివుడు; శంకరః = అందరికీ సంతోషం పంచేవాడు, శివుడు; చంద్రశేఖర: = చంద్ర + శేఖర: = చంద్రుడు + కిరీటం = శిరస్సు పైన చంద్రుని కిరీటం గా అలంకరించుకున్నవాడు, శివుడు; భూతేశ: = భూత + ఈశ: = భూతములకు రాజు, శివుడు; ఖండపరశు: = ఖండ + పరశు: = ముక్కలు గా ఖండించుట + గొడ్డలి = రాక్షసులను గొడ్డలి తో ముక్కలుగా ఖండించుట, శివుడు; గిరీశ: = పర్వతములకు రాజు, శివుడు; గిరిశ: = పర్వతములలో నివసించువాడు, శివుడు; మృడ: = దయచూపేవాడు, శివుడు; మృత్యుంజయ: = మృత్యువుని జయించేవాడు, శివుడు; కృత్తివాసా: = ఏనుగు చర్మాన్ని ధరించేవాడు, శివుడు; పినాకీ = పినాకి అనే పేరు గల శూలం ధరించేవాడు, శివుడు; ప్రమదాధిప: = ప్రమద + అధిప: = ఆనందం + రాజు = ఆనందానికి రాజు, శివుడు; ఉగ్ర: = ఉగ్రం గా ఉన్నవాడు, శివుడు; కపర్దిన్ = జటాజూటము కలిగినవాడు, శివుడు; శ్రీకంఠ: = అందమైన కంఠము కలిగినవాడు, శివుడు; శితికంఠ: = ముదురు నీలం రంగు కంఠం కలిగినవాడు, శివుడు; కపాలభృత్ = కపాలం చేతిలో పట్టుకున్నవాడు, శివుడు; వామదేవ: = శుభం, ఆనందం ఇచ్చేవాడు, శివుడు; మహాదేవః = అందరిలోకి గొప్పవాడు, శివుడు; విరూపాక్ష: = మెల్లకన్ను కాలినవాడు, శివుడు; త్రిలోచన = త్రి + లోచన = 3 + కళ్ళు = 3 కన్నులు కలిగినవాడు, శివుడు; కృశానురేతః = శివుడు; సర్వజ్ఞః = అన్ని తెలిసినవాడు, శివుడు; దూర్జటి: = జటాజూటము

కలిగినవాడు, శివుడు; నీలలోహితః = నీల + లోహిత: = నీలం + ఎరుపు = నీలము ఎరుపు కలిపిన రంగు కలిగినవాడు, శివుడు; హర: = అన్ని అడ్డంకులు తీసిపేసి భక్తి పెంచేవాడు, శివుడు; స్మర: = ఎప్పుడు గుర్తు ఉండేవాడు, శివుడు; భర్గః = అన్ని పాపములను నాశనం చేసేవాడు, శివుడు; త్ర్యంబకః = త్రయ + అంబక = 3 + నేత్రములు, 3 నేత్రములు కలిగినవాడు, శివుడు; త్రిపురాంతక: = త్రిపుర + అంతక: = త్రిపురాసురులు + సంహరించినవాడు = శివుడు (మయాసురుడు అనే అసుర శిల్పి, 3 (త్రిపుర) ఎగిరే పట్టణాలను బంగారం, వెండి, కంచు తో నిర్మించాడు. వాటిని ముగ్గురు అసురులు పరిపాలిస్తుండేవారు. వాటిని త్రిపురాసులుగా పేర్కొంటారు. అవి విశ్వం అంతా తిరగగలవు అని లింగపురాణం పేర్కొంది. అలా తిరుగుతూ అన్ని లోకాలను ధ్వంసం చేయగా, దేవతలు మొదలగువారు శివుని ప్రార్థించగా, శివుడు త్రిపురాసులనుఅంతమొందిచాడు.); గంగాధర: = గంగా + ధర: = గంగను తలపైన ధరించినవాడు, శివుడు; అంధకరిపు: = అంధక + రిపు: = అంధకుడు అనే రాక్షసుడు + శత్రువు = అంధకుడు అనే అసురునికి శత్రువు, శివుడు; క్రతుధ్వంసీ (న్) = క్రతు + ధ్వంసీ (న్) = క్రతువులను + నాశనం చేసేవాడు, శివుడు; వృషధ్వజః = వృష + ద్వజః = ఎద్దు (నంది) + వాహనం = నంది వాహనం గలవాడు = శివుడు; వ్యోమకేశః = వ్యోమ + కేశ: = ఆకాశం + వెంట్రుకలు = ఆకాశం అంతా వెంట్రుకలతో కప్పేవాడు, శివుడు; భవః = అస్తిత్వం కలిగినవాడు, శివుడు; భీమః = భయంకరుడు, శివుడు; స్థాణు: = కదలనికాడు, స్థిరమైనవాడు, శివుడు; రుద్ర: = భయంకరుడు, శివుడు; ఉమాపతి: = ఉమ + పతి: = పార్వతి + భర్త = శివుడు; అహిర్బుధ్న్యే = అహి + భుధ్న్య = పాము +

పునాది = ఆదిశేషుడు = శివుని యొక్క మరొక పేరు; అష్టమూర్తి:
= అష్ట + మూర్తి: = 8 + అవతారములు = శివుడు; గజారి: = గజ
+ అరి: = గజములకు శత్రువు, శివుడు; మహానట: = మహో +
నట: = గొప్ప + నాట్యకారుడు = నటరాజు, శివుడు;

35, 36 శ్లోకములు

లిప్యంతీకరణ;

కపర్దో్స్యజటాఝూట: పినాకో్జంగవంధను:

ప్రమధఃస్యుఃపారిషదాబ్రాహ్మ్యాద్యాస్తుమాతరః॥

విభూతిర్భుతిరైశ్వర్యమణిమాదికామస్తధ

అణిమ మహిమా చైవ గరిమా లధీమాతధా ప్రాప్తి:

ప్రాకామ్యఈశ్వతం వశిత్వం చాస్తసిద్ధయా॥

ప్రతిపదార్థం;

కపర్దోస్య = శివుని యొక్క, జటాఝూట: = జడలు కట్టిన జుట్టు; పినాకో్జంగవమ్ = పినాకః + అజగవమ్ = శివుని ధనస్సు(అజగవమ్) పేరు పినాకీ; ధను: = ధనుస్సు కలిగినవాడు శివుడు; ప్రమధః = ప్రమధగణములు, శివుని సేవకులు; స్యుః = జుట్టు జడలుగా కలిగినవాడు, శివుడు; పారిషదా: = మంత్రులు; బ్రాహ్మ్యాద్యాస్తుమాతరః = బ్రాహ్మీ మొదలైన సప్తమాతృకల పేర్లు. (పురాణాలలో వివరించబడిన కధనం ప్రకారం శివుడు అంధకాసురుడు అనే రాక్షసుని చంపటానికి ప్రయత్నించగా ఆ రాక్షసుని శరీరం నుండి రక్తం కారసాగింది. భూమికి తగిలిన ప్రతి రక్తపు బొట్టుకు ఒక్కొక్క అంధకాసుడుజన్మించుతూవచ్చాడు. అలా చాలా మంది అంధకాసులు జన్మించారు. వీటిని ఆపడం

కోసం శివుడు యోగేశ్వరి అనే శక్తిని సృష్టించాడు. అలాగే బ్రహ్మ, విష్ణు, మహేశ్వర, కుమార, వరాహ, ఇంద్ర, యమ కూడ శక్తులను సృష్టించారు. బ్రాహ్మణీ (సరస్వతి), మహేశ్వరి (రౌద్రిని), కౌమారి (కార్తికేయని), వైష్ణవీ (లక్ష్మి), వరాహీ, ఇంద్రాణీ, చాముండి అనే ఏడు శక్తుల సహాయంతో యోగేశ్వరి అంధకాసురుని వధించినది. ఈ విధముగా సప్తమాతృకలుజన్మించిరి).

విభూతి: = భస్మం; భూతి: = బూడిద; ఐశ్వర్యం = అదృష్టం; అణిమ, గరిమామొదలగునవి మానవాతీతమైన శక్తులు.

అణిమ, మహిమ, గరిమ, లఘిమ, ప్రాప్తి, ప్రకామ్య, ఇష్టిv, వశిత్వ అనేవి శివ ప్రసాదిమైన యోగ శక్తులు.

37, 38 శ్లోకములు

లిప్యంతీకరణ;

ఉమా కాత్యాయని గౌరి కాళి హైమతీశ్వరీ

శివా భవానీ రుద్రాణి శర్వాణి సర్వమంగళా ||

అపర్ణా పార్వతీ దుర్గ మృదాని చండికాంబికా

ఆర్యా దాక్షాయణి చైవ గిరిజా మేనకాత్మజా

కర్మమోటి తు చాముండచర్మముండ తు చర్చికా ||

ప్రతిపదార్థం;

ఉమా = ఉ + మా = ఉ అంటే ఎవరినైనా పిలుచుట, మ = వద్దు, పార్వతి శివుని కొరకు తపస్సు చేయడానికి టయలుదేరగా, ఆమె తల్లి ఇనమైనావతి పార్వతిని " ఓ అమ్మాయి, వద్దు " అనివారించేను, పార్వతి; కాత్యాయనీ = జగన్మాత కాత్యాయన మహర్షి కి కూతురు గా జన్మించెను, అందువలన పార్వతిదేవి కాత్యాయని అనే పేరుతో కూడా పిలవబడుతున్నది, ఆమె నవదుర్గ (9) లలో 8 వ రూపం; గౌరీ = సహజముగా పార్వతి రంగు నలుపు, ఐతే ఆమె బ్రహ్మ కోసం తపస్సు చేసి టంగారు రంగుకు మార్పు చెందింది, ఆమె కరుణామయియురాలు; కాళీ = పార్వతి యొక్క ముదురు నలుపు ని కాళీ గా పిలుస్తారు, ఆమె అశుభమైనవి నాశనం చేస్తారు; హైమవతీ = పర్వత రాజైన హిమవంతుని కూతురు;

ఈశ్వరీ = భగవతి, జగన్మాత; శివా = పార్వతి శివుని యొక్క ఆత్మ, అందుకని పార్వతిని శివ మరియు శివాని అని పిలుస్తారు; భవానీ = ఉత్పత్తి చేయగల శక్తి కలిగిన మాత; రుద్రాణీ = రుద్రుని (శివుడు) యొక్క దేవేరి; శర్వాణీ = శర్వా(నలుపు) అవతారం లో శివుని యొక్క దేవేరి; అపర్ణా = అ + పర్ణ = ఏమిలేకుండ + ఆకులు, పార్వతి శివుని కోసం ఏమితినకుండ (ఆకులైనా) తపస్సు చేస్తుండగా అక్కడ ఉన్న సాధువులు ఆమెను అపర్ణ అని పిలిచేవారు; పార్వతీ = పర్వత రాజు కూతురు; దుర్గా = పార్వతి యొక్క రూపం, అజేయురాలు; మృదానీ = ఆనందాన్ని ఇచ్చే పార్వతి రూపం; చండికా = కాళి, సరస్వతి, లక్ష్మి కలిపిన రూపం, ఆ రూపం భయంకరమైనది, దరిచేరడానికి అసాధ్యమైనది; అంబికా = పార్వతి యొక్క మరి యొక రూపం, 8 చేతులలో వివిధములైన ఆయుధముల తో పులిని గాని సింహముని గాని అధిరోహిస్తున్నట్టు గా ఉన్న రూపం; దాక్షాయణీ = దక్ష ప్రజాపతి కూతురైన సతీ దేవి యొక్క మరి యొక అవతారము; చైవ = మరియు; గిరిజా = గిరి + జ = పర్వతం + జన్మించుట = పర్వతము యొక్క కూతురు, హిమవంతుని కూతురు; మేనకాత్మజా = మేనక + ఆత్మజ = హిమవంతుని భార్య మైనావతి యొక్క కూతురు:కర్మమోటి = శక్తి యొక్క ఒక రూపం; చాముండా (చాముండి) = చండ, ముండఅనే రాక్షసులను సంహరించినసప్తమాతృకలలోని శక్తి స్వరూపము; చర్మముండా = కపాలము, కత్తి పెద్ద చేతులతో పట్టుకున్న శక్తి యొక్క రూపము; చర్చికా = భారత దేశం ని ఒరిస్సా రాష్ట్రం లో చాముండా దేవి చర్చికా గా పూజిస్తారు.

39 శ్లోకం

లిప్యంతీకరణ;

వినాయకోవిఘ్న రాజద్వైమాతురగణాధిపాః
అప్యేకదంతహేరంభలంబోదరగజాననాః ॥

ప్రతిపదార్థం;

వినాయకః = అడ్డంకులను తీసేవాడు, గణేశ (గణ + ఈశ = గణములకు అధిపతి, గణములు అనగా శివుని అనుచరులు); విఘ్నరాజః = విఘ్న + రాజ: = అడ్డంకులు + రాజు = అడ్డంకులకు రాజు; ద్వైమాతుర: = ద్వై + మాతుర: = ఇద్దరు + తల్లులు, పార్వతి కుటుసము నుండి గణేశుడు జన్మించుట వలన గణేశుడు ఇద్దరు తల్లుల ముద్దుల బిడ్డగా భావించతడుతున్నాడని పురాణాలు పేర్కొన్నాయి. శివుని మూడవ కన్ను నుంచి ప్రసరించిన కిరణములు, శరవణ జలపాతం లో నుంచి గంగా నదిలో ప్రవేశించి కార్తికేయునిజన్మకు కారణం, అయినాయని జైన గ్రంథకర్త ఐన అమరసింహుడు వివరించారు. గణేశుడుకార్తికేయుని సోదరుడు అగుటవలన గణేశునకు ఇద్దరు తల్లులు గా భావించడమైనది; గణాధిప = గణ + అధిప = గణములకు అధిపతి; అపి = ఇంకా; ఏకదంత = ఏక + దంత = ఒక + దంతము = ఒకే దంతము కలిగినవాడు; హేరంభ: = గణేశుని యొక్క తాంత్రిక పూజాలలోహేరంభ రూపం ఎక్కువగా పూజిస్తారు, ఈ రూపం 5 ఏనుగు తలలతో శివుని యొక్క తత్త్వములను తెలియచేస్తుంది,

అంతే కాక 4 తలలు 4 ప్రధానమైన దిక్కులవైపు 1 తల ఊర్ధము వైపు చూస్తున్నట్టుగావుంటుంది. లంబోదర: = లంట + ఉదర = లావు + పొట్ట = లావు పొట్ట కలిగినవాడు; గజానన: = గజ + ఆనన: = ఏనుగు + ముఖము = ఏనుగు ము:ఖము కలిగినవాడు;

40, 41 శ్లోకాలు

లిప్యంతీకరణ;

కార్తికేయోమహాసేనఃశరజన్మాషడాననః

పార్వతినందనఃస్కందఃసేనానిరఫ్ని భూగ్రుహః।

బాహులేయస్తారకజిద్విశాఖఃశిఖివాహనః

షాణ్మాతుర: శక్తిధరఃకుమారఃక్రౌంచధారణ: ॥

ప్రతిపదార్థం;

కార్తికేయ: = శివుని కుమారుడు. శివ, పార్వతులకు జన్మించిన కుమారుడు రూపు లేని బ్రహ్మ మునకు రూపము. ఆ బ్రహ్మ మునకు సు కలిపి సుబ్రమణ్యేశ్వరుని గా పిలవబడుతున్నాడు. శివుని మూడవ కంటి నుండి వెలువడిన కిరణాలు శరవణ జలపాతాల నుంచి గంగా నదిలోకి జారిపడి కృత్తికలు అనే ఆరు నక్షత్రాల చేత పెంచబడ్డాడు అని పురాణం లోని కథనం. అందువలన ఆయన కార్తికేయ అనే పేరుతో పిలవబడుతున్నాడు; మహాసేన: = శివుడు విడుదల చేసిన బీజము అగ్ని కొంతకాలమే భరించగలిగి గంగా నదిలోకి విడుదల చేశాడు. మొదట అగ్ని భరించుటవలన ఆయనకు మహాసేన అనే పేరు వచ్చింది అని శివ పురాణం లో వివరించారు; శరజన్మా: = శర + జన్మా = బాణం లాగా ఉండే రెల్లు గడ్డి + జన్మించుట = బాణం లాగా ఉండే రెల్లు గడ్డి మీద జన్మించినవాడు; షడానన: = షడ + ఆనన = 6 + ముఖములు

= 6 ముఖములు కలవాడు; పార్వతినందన: = పార్వతి + నందన: = పార్వతి యొక్క పుత్రుడు; స్కంద: = (సంస్కృతంలో స్కంద అంటే విరజిమ్ముటలని అర్థం), శివుని బీజము విరజిమ్ముటవలన జన్మించినవాడు కనుక ఆయనకు స్కంద అనే పేరు కలిగింది; సేనానీ: = దేవతల కి సైన్యాధిపతి కనుక సేనాని అని పిలవబడుతున్నాడు; అగ్నిభూ: = అగ్ని + భూ: = అగ్ని పుత్రుడు (శివుని బీజం అగ్ని పట్టుకొనుట); గురుగుహా: = సుబ్రమణ్యుడు భక్తుల హృదయం (గుహా) లో నివసించేవాడు; బాహులేయ: = ద్వారపాలకుడైన నందిని అధిరోహించగలిగిన బలవంతుడు; తారకజిత్ = తారక + జిత్ = తారకుడు(రాక్షసుడు) + గెలుచుట = తారాకసురుడిని గెలిచినవాడు; విశాఖ: = స్కందుని యొక్క కేకకు ఇంద్రుడు భయపడి ఆ బాలునిపై శక్తి ఆయుధము ప్రయోగించగా, అది బాలునికి తగిలి బాలుని కుడి భాగము నుండి మరియొక బాలుడు జన్మించాడు. అతని పేరు విశాఖ అనిమార్కండేయునిసమస్యపర్వం లో వివరించబడ్డది; శిఖివాహన: = శిఖి + వాహన: = నెమలి + వాహనం = నెమలి వాహనం కలిగినవాడు; షణ్మాతుర: = షన్ + మాతుర: = 6 + తల్లులు = 6 గురు తల్లులను పూజించే విధానం ఆదిశంకరాచార్యులు మొదలుపెట్టారు; శక్తిధార: = శక్తి + ధార: = అగ్ని లాగే ప్రకాశించే శక్తి అనే ఆయుధం + పట్టుకునేవాడు; కుమార: = ఎప్పుడు యవ్వనుడుగా కనిపించేవాడు; క్రౌంచధారణ: = క్రౌంచ + ధారణ: = టంగారం + దరించేవాడు = టంగారు వన్నెగలవాడు.

42 శ్లోకం

లిప్యంతీకరణ;

శృభ్జీభృభ్జీరిటిస్తుస్త్నీనందికోనందికేశ్వర: ॥

ప్రతిపదార్థం;

శృభ్జీ = కొమ్ములు కలిగినవాడు; భృభ్జీ = నంది కి మరో పేరు. భృంగి అనే మహర్షి అర్ధనారీశ్వరుడైన శివుని పార్వతి దేవి లేకుండా పూజించదలచి తుమ్మెద రూపం దాల్చి శివునికి ప్రదక్షిణం చేయుచుండగా, పార్వతి ఆగ్రహించి భృంగి కండలు పోయి ఎముకలు మిగిలేటట్టుగా ఉండమని శపించగా, శివుడు దయతో మూడవ కాలు అనుగ్రహించాడు. రిటి = సంగీత వాయిద్యం అయిన మృదంగం. నంది మృదంగం వాయిస్తాడు కనుక నంది ని రిటికి అనే పేరు వచ్చింది. స్తుణ్జీ = ఎల్లప్పుడు శివుని స్తుతించేవాడు, నంది; నంది = కైలాసమునకు ద్వారపాలకుడు; నంది అనగా ఎల్లప్పుడు ఆనందముగా ఉండేవాడు. నందికేశ్వర: = ఈశ్వరుని యొక్క అంగరక్షకుడు, శివుని రుద్ర తాండవం లో మృదంగం వాయిస్తాడు;

43, 44, 45, 46 శ్లోకాలు

లిప్యంతీకరణ;

ఇన్ద్రోమరుత్వాన్మఘువాబిడౌజా: పాకశాసన:

వృద్ధశ్రవాఃశునాసీర: పురూహూతఃపురందర:॥

జిష్ణులేఖర్షభఃశక్రఃశతమన్యుర్దివస్పతిః

సూత్రామా గోత్రభిద్వజ్రివాసవోవృత్రవృషా॥

వాస్తోష్పతిఃసురపతిర్బలారాతిఃశచీపతిః

జంభభేదిహరిహయఃస్వారాన్నముచిసూదన:॥

సంక్రందనోదుశ్చ్యవనస్తురాషాణ్మేఘవాహన:

ఆఖండల: సహస్రాక్షఋభుక్షాస్తస్య తు ప్రియా॥

ప్రతిపదార్థం;

ఇన్ద్రః = దేవతల రాజు, స్వర్గాధిపతి, ఇంద్రుడు; మరుత్వాన్ = దితి (దితి కశ్యప మహర్షి భార్య) గర్భస్థ పిండము ను 47 చీలికలు చేసెను. అప్పుడు అవి బాధతో దు:ఖముతో ఉండగా ఇంద్రుడు మారుడఅని గద్దించెను (మారూఢ = మా + రూఢ = వద్దు + దు:ఖపడుట = దు:ఖపడ వద్దు). వారు మరుత్తులు గా పిలవటడుతున్నారు. వారు ఇంద్రుని సంహరించడానికే జన్మించినా చివరకు శ్రేయోభిలాషులు గా ఉన్నారు. అందువలన ఇంద్రుడు మరుత్వాన్

గా పిలవబడుతున్నాడు; మఘువా = మానవులకు సమృద్ధిగా పశువుసంపదను, నదులను మొదలగునవి అందించుటవలన ఇంద్రుడు మఘువా అనే పేరుతో పిలవబడుతున్నాడు; బిడౌజా: = బిడజ అనే ఆయుధం కలవాడు ఇంద్రుడు; పాకశాసన: = పాక + శాసన: = పాక అనే పేరు గల రాక్షసుడు + శిక్షించేవాడు = రాక్షసుడైన పాకను శిక్షించినవాడు, ఇంద్రుడు; వృద్ధశ్రవ: = వేగవంతమైనవాడు, ఇంద్రుడు; సునాశీర: = సునాసిర అనే ధనుస్సు కలిగినవాడు, ఇంద్రుడు; పురూహిత: = ఇతరుల చేత ప్రార్థింపబడేవాడు, ఇంద్రుడు; పురందర: = బలవంతులైన శత్రువులను సంహరించేవాడు, ఇంద్రుడు; జిష్ణు: = విజయుడు, ఇంద్రుడు; లేఖర్షభ: = దేవతలలో ఉత్తముడు, ఇంద్రుడు; శక్ర: = శక్తివంతమైనవాడు, బలవంతుడు, ఇంద్రుడు; శతమన్యు: = శత + మన్యు: = నూరు + క్రతువు = 100 అశ్వమేధము యాగములు ఒనరించినవాడు, ఇంద్రుడు; దివస్పతి: = దివస + పతి: = స్వర్గం + ప్రభువు = స్వర్గమునకు ప్రభువు, ఇంద్రుడు; సూత్రామాన్ = రక్షకుడు, ఇంద్రుడు; గోత్రభిద = పర్వతములను చీల్చేవాడు, ఇంద్రుడు; వజ్ర: = వజ్రం అంత గట్టితనం కలవాడు, ఇంద్రుడు; వాసవ: = అష్టవసువుల యొక్క ప్రభువు, ఇంద్రుడు; వృత్ర: = వృతాసురుడు అనే రాక్షసుని సంహరించి వర్షమును, సూర్యుని తిరిగి బయటకి తీసుకొని వచ్చినవాడు, ఇంద్రుడు; వృషాన్ = ధర్మము గలవాడు, ఇంద్రుడు; వాస్తోష్పతి: = స్వర్గమునకు రక్షకుడు, ఇంద్రుడు; సురపతి: = స్వర్గమునకు అధిపతి, ఇంద్రుడు; బలారాతి = బల + ఆరాతి = బలం కలిగినవారు + శత్రువు = రాక్షసులు + శత్రువు = ఇంద్రుడు; శచీపతి: = ఇంద్రుడు; జంటభేదిన్ = జంట + భేది = వజ్రాయుధం పేరు జంట + ఛేదించిన = జంట అనే వజ్రాయుధమునుఛేదించుట వలన ఇంద్రునకుజంటభేది అనే పేరు వచ్చింది; హరిహయ: =

బంగారు రంగు కలిగిన అశ్వములు గలవాడు, ఇంద్రుడు; స్వారాట్ = ఇంద్రుడు; నముచిసూదన: = నముచి + సూదన: = నముచి అనే రాక్షసుడు + చంపినవాడు = నముచి అనే రాక్షసుని చంపినవాడు, ఇంద్రుడు; సంక్రదః = ఇంద్రుడు; దుశ్చ్యవనః = నిశ్చలమైనవాడు, ఇంద్రుడు; తురాషాట్ = ఇంద్రుడు; మేఘవాహనః = మేఘములు వాహనముగా కలిగినవాడు, ఇంద్రుడు; అఖండల: = ఇంద్రుడు; సహస్రాక్షః = సహస్ర + అక్ష: = వెయ్య + కన్నులు = వెయ్య కన్నులు కలిగినవాడు, ఇంద్రుడు; ఋభుక్ష: = ఇంద్రుడు;

47, 48, 49 శ్లోకాలు

లిప్యంతీకరణ;

పులోమాజాశచీంద్రాణినగరీ అమరావతి

హాయ ఉచ్చైశ్రవాసూతోమాతలిర్నందనం వనం ॥

స్యాత్ప్రాసాదోవైజయంతోజయంతహపాకశాసనిహి

ఐరావతో'అభ్రమాతంగగౌరావణా'భ్రముపల్లభ: ॥

ప్రోదినివజ్రమస్త్రిస్యాత్కుశిలమ్బిందురంపవి

శతకోటి: సరుహాశంభోదంబోలిర్వనిర్వ్యయో: ॥

ప్రతిపదార్థం;

పులోమాజా = రాక్షసుడైన పులోమన్ పుత్రిక; శచీ = ఆమె సప్తమాతృకలలో ఒకరు; ఇంద్రాణి = ఇంద్రుని భార్య; నగరి = పట్టణం; అమరావతి = అమరావతి ఇంద్రుని పట్టణం; హాయ: = అశ్వం; ఉచ్చైశ్రవ: = ఉచ్చైశ్రవము ఇంద్రుని యొక్క 7 తలల అశ్వము. సముద్రమధనం లో లభించిన ఈ అశ్వం రాక్షస రాజైన బలికి ఇవ్వగా, విష్ణువు బలిని అణిచివేసిన తరువాత అశ్వం ఇంద్రునికిఇవ్వటడ్డది; సూత: = రథ సారథి; మాతలి: = ఇంద్రుని రథసారథి; వనం = తోట, నందనం = ఇంద్రుని నగరం అమరావతి లో ఉన్న తోట పేరు నందనం; ప్రాసాద: = భవంతి, వైజయంత = ఇంద్రుని భవంతి పేరు వైజయంతి; జయంత: = ఇంద్రుని యొక్క పుత్రుడు జయంత;

పాకశాసనిః = అజ్ఞానులకు గురువు; అర్జునుడు = ఇంద్రుని కుమారుడు; ఐరావత: = తెల్ల ఏనుగు పేరు, సముద్రమధనం లో లభ్యమైనది, ఇంద్రునికి ఇవ్వటడింది; అభ్రమాతంగ: = ఏనుగుల యొక్క మేఘము, ఐరావతం యొక్క మరియొక పేరు, ఐరావణ: = ఐరావతమును ఇలా కూడా పిలుస్తారు; అభ్రముపల్లభ: = అభ్రము + వల్లభ: = ఏనుగు పేరు + పతి = అభ్రము యొక్క పతి ఐరావతము; ప్రాదినీ, బీదురమ్, కుసిలమ్, పవి:, శంభ:, దంటోలి:, ఆశని:, స్వరూ:, శతకోటి:; ఇవి అన్నీ ఇంద్రుని వజ్రాయుధములు. అవి దధీచి మహర్షి యొక్క ఎముకలతో తయారు అయినవి.

50, 51 శ్లోకములు

లిప్యంతీకరణ;

వ్యోమయానం విమానోస్త్రి నారదాధ్య: సురర్షయః

స్యాత్సుధర్మాదేవసభాపీయూషమమృతం సుధా ॥

మందాకినీ వియద్గంగాస్వర్ణదీసురదీర్ఘికా

మేరుఃసుమేరూర్హేమాద్రిరత్న సానుఃసురాలయః ॥

ప్రతిపదార్థం;

వ్యోమయానం = వ్యోమ + యానం = ఆకాశం + వాహనం = దేవతల (ఆకాశం లో ప్రయాణించేవారు) యొక్క రథం; విమాన: = విమానము; నారదాది = నారదుడు (మొట్టమొదట బ్రహ్మ చేత సృష్టింపబడిన ఋషి), దేవలుడు (అశిత మహర్షి పుత్రుడు, కశ్యప మహర్షి యొక్క మనుమడు) మొదలగు వారు; సురర్షయ: = సుర + ఋషి = దేవ ఋషులు, సుధర్మాన్ = దేవతల సభస్థలి; దేవసభా = దేవతల సభ; పీయూషమ్ = అమృతం; అమృతం = దేవతల పానీయం; సుధా = అమృతం;

మందాకిని = దానవరాజైన బలి చక్రవర్తి అశ్వమేధయాగం చేస్తున్నప్పుడు,

విష్ణువు వామనుడిగా బ్రాహ్మణ బాలుడి రూపం లో చక్రవర్తిని 3 అడుగులు కోరగా, ఒక అడుగు భూమి మీద, రెండవ అడుగు

ఆకాశం లోని ఆధ్యాత్మిక ప్రపంచంను రంధ్రం చేయగా, అక్కడి నుండి పవిత్ర ధార (గంగ) బయటకు వచ్చి మేఘం రూపం లో తేలుతుంది (గంగ ని సంస్కృతం లో జలనభఅంటారు, జల = నీరు, నభ = ఆకాశం, ఆకాశం లో నీరు అంటే మేఘం అని అర్థం). విష్ణు పాదం తగిలినందువలన గంగ ను విష్ణుపదిలని, భగవత్ పది అని పిలుస్తారు. ఇక్ష్వాకు వంశానికి చెందిన భగీరథ మహారాజు ఆయన పూర్వీకులైన 60, 000 సగర కుమారుల యొక్క మోక్షం కోసం బ్రహ్మను, శివుని ప్రార్థించి పవిత్రమైన గంగను భూమికి రప్పించగా, అతి వేగంగా వస్తున్న గంగను శివుడు [శివుడు కైలాసం నుంచి భూమి మీద ఉన్న హిమాలయ పర్వత ప్రాంతమున మానససరోవరమునకు దగ్గరగా కొండరూపం లో ఆసీనుడయినాడు. ఆ కొండ ఇప్పుడు కైలాశ పర్వతం గా పిలవబడుతోంది.] తన జటాజూతం లో బంధించారు. అక్కడి నుండి గంగోత్రి అనే మంచుగడ్డలు (glacier) గా కిందకు దిగుతూ గోముఖ్ (ఆవు ముఖం) ద్వారా గంగోత్రి దగ్గర భాగీరథి (భగీరథుడు తెచ్చుట వలన) అనే పేరుతో మిగిలిన నదులతో కలిసి హృషికేశ్ దగ్గర నుంచి గంగ గా పేరుగాంచి ఉత్తర భారతం లోని రాష్ట్రాలలో ప్రవహించి చివరకు బంగాళా ఖాతం లో కలిసి పాతాళమునకు వెళ్ళి సగర పుత్రులకు మోక్షం ప్రసాదించెను. అప్పటినుంచి సముద్రమును సాగరము అనే పేరుతో కూడా పిలుస్తారు. అలాజటాజూతంనుంచి వస్తున్న గంగ యొక్క తుంపరలు హిమాలయ పర్వతములలో కేదారనాథ్ దగ్గర మందముగా ప్రవహించుట వలన అక్కడ గంగ ను మందాకిని గా పిలుస్తారు; వియద్గంగా = వియద్ + గంగా = స్వర్గం + గంగ = గంగ స్వర్గం లో నివసిస్తుంది; సురదీర్ఘికా = సుర + దీర్ఘికా = దేవతలు + సరస్సు = దేవతల సరస్సు; ఇవి అన్ని ఆకాశగంగ (ఆకాశం లో తేలడం లేక ఆకాశం నుంచి కిందకు ప్రవహించుట)

యొక్క పేర్లు. మేరు: = మేరు, సుమేరు: = సుమేరు హిమాలయ పర్వతముల నామములు; హేమాద్రి: = హేమ + అద్రి: = టంగారు + కొండ = టంగారు రంగు కొండ; రత్నసాను: = రత్న + సాను: = రత్న + శిఖరం = రత్నములు పొదిగినట్టుగా ఉండే శిఖరం; సురాలయ: = సుర + ఆలయ: = దేవతల + స్థానము = దేవతల యొక్క స్థానము, ఇవి అన్నీ ఉత్తర ఖండ రాష్టం, భారత దేశం లో ఉండే హిమాలయ పర్వతముల యొక్క నామములు;

52, 53, 54 శ్లోకములు

లిప్యంతీకరణ;

పఞ్చైతేదేవతరవో మందార: పారిజాతక:

సంతానఃకల్పవృక్షశ్చపుంసి వా హరిచందనం॥

సనాత్కుమారోవైధాత్ర: స్వర్వైద్యాశ్వినీసుతౌ

నాసత్యావశ్వినౌదస్రావాధిశ్వినేయౌ॥

స్త్రియామ్బహుష్వప్సరస:శ్వర్వేష్వాఉర్వశీముఖి:

హాహాహూహూశ్చైవమాధ్యాగంధర్వాస్త్రిదివౌకసామ్॥

ప్రతిపదార్థం;

మందారం, పారిజాతం, సంతాన, కల్పవృక్షం, హరిచందనం అనేవి కోరికలు తీర్చే 5 కల్పవృక్షాలు. మేరు పర్వతం మీద ఈ వృక్షములు మరియు దేవదారు వృక్షములు వ్యాపించినాయి.

సనత్ కుమార = సృష్టి మొదలుపెట్టినప్పుడు బ్రహ్మ నలుగురిని సృష్టించారు. వారు సనత్ కుమార్, సనత్ సుజాత, సనక, సనందన. సృష్టి కర్త బ్రహ్మ కనుక ఆయనను వైధాత్రాలని కూడా అంటారు; స్వర్వైద్య = స్వర్గమునకు వైద్యులు; అశ్వినీసుతౌ = అశ్వినీ కుమారులు, వీరు దేవతల ఆయుర్వేద వైద్యులు; వీరిద్దరుఅశ్వరూపం కలిగిన కవలలు; వీరు వైవస్వతుడు (సూర్యుని యొక్క మరియొక రూపం), శరణ్య (మేఘముల దేవత) యొక్క

కుమారులు; నాసత్యావశ్విన, దాస్రాశ్విన = నాసత్యా, దాస్రాఅనునవి అశ్విని కుమారుల పేర్లు. వీరిలో నాసత్యాపెద్దపుత్రుడు, దాస్రా చిన్న పుత్రుడు; స్త్రియామ్ = స్త్రీలు; బహు = చాలా; అప్సరసా: = అప్సరసలు; స్వర్వేశ్య = స్వర్గలోకంలోని నృత్యకారిణులు; ఊర్వశిముఖా: = ఊర్వశి మొదలగువారు; వారు ఊర్వశి, మేనక, రంభ, ఘృతాచి, తిలోత్తమ, సుకేశి, మంజఘోష మొదలగువారు; హాహా, హూహూ + చైవ + మాధ్య + గంధర్వులు + త్రిదివౌకసం = హాహా, హూహూ మరి కొంత మంది గంధర్వులు దేవలోకానికి సంబడించిన సంగీత విధ్వాంసులు.

55, 56, 57, 58 శ్లోకములు

లిప్యంతీకరణ;

అగ్నివైశ్వానరోవహ్నిర్నర్వీతృహోత్రోధనంజయః
కృపిటయోనిజ్వలనోజాతవేదాస్తనూనపాత్ ।

టర్వీః సుష్మా కృష్ణవర్మా శచిశ్చ్రషఉషర్బుధ:
ఆశ్రాశోత్బృహద్భానుఃకృశానుహుపావకణాల: ।

రోహితాశ్వోవాయసఖఃశిఖావానకుకుక్షణీ:
హిరణ్యరేతాపుభుగ్ధహానే హవ్యవాహాన: ।

సప్తార్చిర్దముసనాఃశుక్తశ్చిత్రభానుర్విభావసు:
శుచిరప్పిత్తమౌర్వస్తువాడవోవాడవానల: ॥

ప్రతిపదార్థం;

అగ్ని: = నిప్పు, అగ్ని బ్రహ్మ నుదురు నుండి జన్మించినట్టు కథక సంహిత లో, మైత్రేయ సంహిత లో చెప్పబడింది. అతనే పరబ్రహ్మ స్వరూపమని, అతని తో వెలుగు, పగలు, రాత్రి ఏర్పడ్డాయి; వైశ్వానర: = అంతా నిండి ఉన్నవాడు, అగ్ని; వహ్ని: = హోమం ను అందుకునేవాడు, అగ్ని; వితిహోత్ర: = భక్తులను పవిత్రునిగావించేవాడు, అగ్ని; ధనంజయ: = ఐశ్వర్యం ను గెలిచేవాడు, అగ్ని; కృపిటయోని: = దివ్యమైన జలం యొక్క

పుత్రుడు, అగ్ని; జ్వలన: = మెరుస్తున్న వాడు, మండుతున్న వాడు, అగ్ని; జాతవేదా: = అన్ని జన్మల జ్ఞానం కలిగినవాడు, అగ్ని; తనునాపత్ = స్వంతముగా సృష్టింపబడ్డ వాడు, అగ్ని; బర్హి: = పాకాడేవాడు, అగ్ని; సుషమ: = అన్నిటిని తగ్గించేవాడు, అగ్ని; కృష్ణవర్త్మాన్ = నల్ల (కృష్ణ) పొగను ఉత్పత్తి చేసేవాడు, అగ్ని; శోచిస్కేశ: = శోచిస్ + కేశ = పొగ + జుట్టు = పొగ జుట్టులా కలిగినవాడు, అగ్ని; ఉసూర్బు: = ప్రతి గృహం లో ఉదయం జ్వలించేవాడు, అగ్ని; ఆశ్రయాశ: = తనతో ఉండే ప్రతి వస్తువును దహించేవాడు, అగ్ని; బృహత్భాను: = వెలుగును సృష్టించినవాడు, అగ్ని; కృశాను: = క్షీణించేవాడు, అగ్ని; పావక: = శుద్ధిచేసేవాడు, ఈ పేరు గల పుత్రుడు కలిగినవాడు, అగ్ని; అనల: = 8 వసువులలో ఒకడు, అగ్ని; రోహితాశ్వ: = రోహిత + అశ్వ: = ఎరుపు + అశ్వము = ఎరుపురంగు అశ్వం కలిగినవాడు, అగ్ని; వాయుసఖా: = వాయు + మిత్రుడు = వాయువు మిత్రుడు గా కలిగినవాడు, అగ్ని; శిఖావన్ = జ్వాలలు ముడులుగా కలిగినవాడు, అగ్ని; అశుశుక్షని: = ఎండబెట్టేవాడు, క్షీణించేవాడు, అగ్ని; హిరణ్యరేత: = హిరణ్య + రేత = టంగారు + బీజం = టంగారు బీజం కలిగినవాడు, అగ్ని; హుతాభుక్ = నైవేద్యములు, బలి స్వీకరించేవాడు, అగ్ని; దహన: = అన్నిటిని దహించేవాడు, అగ్ని; హవ్యవాహన: = హవ్య + వాహన = దేవతలు సమర్పించే నైవేద్యములు + అందించుట = దేవతల నైవేద్యములను అందచేసేవాడు, అగ్ని; సప్తార్చి: = సప్త + ఆర్చి: = 7 + నాలుక (జ్వాల) = 7 జ్వాలలు. అవి కాళి, కరాళి, మనోజవ, సులోహిత (ఎక్కువ ఎరుపు), సుదూమ్రవర్ణ (ముదురు ఎరుపు), స్ఫులింగిని (అగ్ని మెరుపులు, అగ్ని కణములు), విశ్వదాస, అగ్ని; దమునా: = శుద్ధముగా ఉండే వాడు, అగ్ని; శుక్ర: = శుచి గలవాడు, అగ్ని; చిత్రభాను: = వెలుగుతో నిండినవాడు,

అగ్ని; విభావసు: = అగ్ని; శుచి: = అన్నిటిని శుభ్రం చేసేవాడు, అగ్ని; అపపిత్తమ = జలం లో పిత్త స్వరూపం గా ఉండేవాడు, అగ్ని; ఔర్వ: = సముద్రం అడుగున అగ్ని; బాడబ: = సముద్రములో ఉండే అగ్ని; బడబానల: = సముద్రము నుండి వెలువడే అగ్ని జ్వాలలు;

59, 60 శ్లోకములు

లిప్యంతీకరణ;

వహ్నేర్ద్వయోర్జ్వాలాకీలావర్చిర్హేతిః శిఖా స్త్రియామ్
త్రిషుస్ఫులింగగోఽగ్రికణ:సంతాపఃసంజ్వర: సమౌ॥
ఉల్క శ్యాన్నిర్గతజ్వాలాభూతిర్భసితభస్మనీ
క్షారో రక్షా చ దావస్తుదావోవనహుతాశనః॥

ప్రతిపదార్థం;

వహ్ని: = మంట; జ్వాల: = మంట; ద్వయౌ = వహ్ని లో కానీ, జ్వాల లో కానీ ఏదైనా ఒకటి; కీల: = మంట; అర్చి: = మంట; హేతి: = మంట; శిఖా = మంట; ఇవి అన్నీ 5 విధములైన మంటలు; స్ఫులింగ: = నిప్పు రవ్వ; అగ్నికణ: = అగ్ని కణములు; ఇవి 2 రకముల నిప్పు రవ్వలు; సంతాప: = వేడి, ప్రకాశము (మిణుగురులు = వేడి లేకుండా ప్రకాశిస్తాయి); సంజ్వర: = వేడి జ్వరము; ఇవి 2 విధములైన వేడి;

ఉల్కా = ఆకాశం నుంచి పడే నక్షత్రాలు; శ్యాన్ = ఎండిన; నిర్గతజ్వాల = మంటలు కనుమరుగై ఎండి విభూతిగా మార్పు చెందినది; భూతి: = పవిత్రమైన బూడిద; భసితమ్ = పవిత్రమైన బూడిద; భస్మన్ = పవిత్రమైన బూడిద; క్షార: = రక్షా = బూడిద; దావ: = దవ: = అడవి మంటలు; వనహుతాశన: = వన + హుతాశన: = అడవి + వేడి మంటలు వ్యాపింప చేసేవాడు, కార్చిచ్చు;

61, 62, 63 శ్లోకములు

లిప్యంతీకరణం;

ధర్మరాజ: పితృపతి: సమవర్తిపరేత్రాట్

కృతాన్తోయమునాభ్రాతాశమనోయమరాండ యమ: ।

కాలోదండధర: శ్రాద్ధదేవోవైవస్వతోఽంతక:

రాక్షస: కోణప: క్రవ్యాత్రవ్యాదోఽస్రపఆశర: ॥

రాత్రిఙ్చరోరాత్రిచర: కర్బూరోనికశాత్మజ:

యాతుధాన: పుణ్యజనోనైరుతోయాతురక్షసీ ॥

ప్రతిపదార్థం;

ధర్మరాజ: = ధర్మానికి రాజు, దక్షిణ దిక్కు కు ప్రాతినిధ్యం వహిస్తాడు, యమధర్మరాజు; పితృపతి: = పితృ + పతి: = పితృదేవతలు + అధిపతి = యముడు; సమవర్తి = న్యాయ, అన్యాయములను సమాన దృష్టి తో చూసేవాడు, యముడు; పరేత్రాట్ = పరేత + రాట్ = మరణించినవారు + రథసారథి = మరణించిన వారిని తీసుకుని వెళ్ళే రథం యొక్క సారథి, యముడు; కృతాంత: = మరణం కలిగించేవాడు, యముడు; యమునాభ్రాతా = యమున + భ్రాతా = యమున యొక్క సోదరుడు [సూర్యుడు (వివస్వాన్) మరియు సంధ్య (విశ్వకర్మ

పుత్రిక) యొక్క పుత్రుడు యముడు అని విష్ణు పురాణం లో, ఋగ్వేదం లో, మార్కండేయ పురాణం లో చెప్పటడింది]; యమున వేదములలో యామి గా పిలవబడుతోంది, యముని యొక్క చెల్లెలు యమున, సోదరుడు శ్రద్ధాదేవ మను (వైవస్వత మనువు, ప్రస్తుత మనువు), శని యొక్క సవితి సోదరుడు. యమున నది రూపం లో ప్రవహిస్తుంది, ఆమె పురాణాలలో కాళింది నదిగా పిలవబడింది; శమన: = మరణం యొక్క రాజు, యమ; యమరాట్ = యమధర్మ రాజు; యమ: = యముడు. యమున, యమధర్మరాజు కవలలు.జోవరాష్ట్రియనిజం అనే మతమునకు సంబంధించిన పుస్తకం జెంద్-అవెస్తా లో యముని యామి గా పేర్కొంటారు; కాల: = యముని కాలం తో వ్యవహరిస్తారు; దండధర: = దండ + ధర: = దండం + పట్టుకున్నవాడు = యముడు, సూర్యుని భార్య సంధ్య సూర్యుని వేడి భరింలేకపోవుటచేత, విశ్వకర్మ సూర్యుని వేడి తగ్గించి, మిగిలిన సూర్యుని ధూళి తో యమునికి దండం, విష్ణువునకుసుదర్శన చక్రం, శివునికి త్రిశూలం, కుటేరునికి పల్లకి, సుబ్రమణ్యునకుశక్తి, దేవతలకు మరికొన్ని ఆయుధములు తయారుచేశాడు; శ్రాద్ధదేవ: = శ్రాద్ధ + దేవ: = శ్రాద్ధములు + దేవ: = శ్రాద్ధములు తీసుకునే దేవుడు, యముడు; వైవస్వత: = వైవస్వత మనువు యొక్క సోదరుడు, యముడు; అంతక: = మరణము, యముడు; రాక్షస: = రాత్రి సంచరించేవాడు, యముడు; కోణప: = కౌణప: = మరణించినవారిని అని కోణముల నుంచి కాపలాకాసేవాడు, యముడు; క్రావ్యాట్ = క్రావ్యదా: = మృత్యుజ్వాల, యముడు; అశ్రప: = ఆశర: = రాక్షసుడు (మానవులు యముని రాక్షసునిగా భావిస్తారు);

రాత్రిఝ్ఝర: = రాక్షసుడు; రాత్రిచర: = రాత్రి సంచరించేవారు; కర్బూర: = రాక్షసుడు; నికషాత్మజ: = రాక్షసుడు; యాతుధాన: = రాక్షసుడు; పుణ్యజన: = మంచి రాక్షసుడు; నైరుత: = పశ్చిమ దిక్కు అధిపతి, రాక్షసుడు; యాతు = రాక్షసుడు; రక్షసి = రాక్షసులు;

64, 65, 66 శ్లోకములు

లిప్యంతీకరణ;

ప్రచేతా వరుణ: పాషియాదసంపతిరప్పతి

శ్వసన: స్పర్శనోవాయుర్మాతరిశ్వాసదాగతి: ॥

పృషాద్వ్యోగంధవాహ'నీలా"శుగా:

సమీరమారుతంరుజ్జగత్ప్రాణసమీరణా: ॥

నభస్వధాతపవనపవమానప్రభంజనా:

ప్రకంపనోమహావాతోర్ఝ్ఝుష్ణావాత: ॥

ప్రతిపదార్థం;

ప్రచేతా: = తెలివిగలవాడు, అనుసరించేవాడు, ధ్రువుని వంశం లో వాడు వాయువు ని, అగ్ని ని సృష్టించినవాడు, వరుణుడు (బ్రహ్మ సృష్టించిన నవబ్రహ్మలలో ఒకరైన ప్రచేత మహర్షి, ఈ ప్రచేత ఒకరు కాదు); వరుణ: = జలం ప్రసాదించే దేవుడు; పాశీన = పాశం, వరుణుడు యొక్క ఆయుధం పాశం; యాదాసంపతి: = జలచరములకు రాజు, వరుణుడు; అప్పాతి: = సముద్రం, వరుణుడు;

శ్వసన: = గాలి యొక్క రాజు, వాయు; స్పర్శన: = స్పర్శ యొక్క రాజు, వాయు; వాయు: = గాలి యొక్క రాజు; మాతరిశ్వాన్ = పిల్ల గాలి, మలయా మారుతం; సదాగతి: = వాయువు; పృషదశ్వ:

= వర్షపు చినుకులు కలిగి పిచ్చికారీ చేసే కారుమబ్బులు, వాయువు యొక్క వాహనం; గంధవ: = కస్తూరి జింక యొక్క సువాసనను తీసుకెళ్తుంది, వాయువు; గంధవా: = కస్తూరి జింక యొక్క మరియొక పేరు; అనిల: = స్థిరముగా ఉండనిది, వాయువు స్థిరముగా ఉండదు, ఎప్పుడు కదులుతూనే ఉంటుంది; ఆషుగ: = వేగము, వాయువు; సమీర: = వేగముగా వ్యాపించుట, వాయువు; మారుత: = పిల్చే గాలి, వాయువు; మరుత్ = ఎవరైతే గాలి ఆపి చంపుతారో, వాయువు [మరుత్తులు గాలి యొక్క దేవుళ్ళు, కశ్యపుని భార్య ఐన దితి గర్భస్త పిండమును ఇంద్రుడు వజ్రాయుధం తో 49 ముక్కలుగా ఖండించినప్పుడు, ఆ పిండములు రోదించగా, ఇంద్రుడు మరూధ (మా = వద్దు, రూధ = రోదించుట) అని గద్దించెను. అప్పటినుంచి వారు మరుత్తులుగా పిలవబడుతున్నారు], వాయువు; జగత్ప్రాణ: = జగత్ + ప్రాణ: = విశ్వం యొక్క జీవం, వాయువు; సమీరణా: = వేగముగా వ్యాపించుట, వాయువు; నభశ్వాన్ = నభ + శ్వాస్ = ఆకాశం + గాలి = ఆకాశం లో గాలి వాయువు; వాత: = గాలి కెరటం; పవన: = అన్నిటిని శుద్ధి చేసే గృహం లోని పవిత్ర అగ్ని, వాయువు; పవమాన: = అన్నిటిని శుద్ధి చేస్తుంది, వాయువు; ప్రభఝ్జన: = సుడిగాలి, వాయువు; ప్రకంపన: = ప్రచండమైన గాలులతో వర్షం, వాయువు; మహావాత: = తుఫాను గాలి, వాయువు; ఝుంఝూవాత: = వడి గల తుఫాను గాలి, వాయువు; సౌవృస్తిక: = సుడిగాలి, వాయువు;

67, 68 శ్లోకములు

లిప్యంతీకరణ;

ప్రాణోపాన: సమానశ్చోదానవ్యానౌ చ వాయవ:

శరీరస్థాఇమేరంహస్తరసి తు రయ: స్యద:।

జవోఽథ శీఘ్రం త్వరితం లఘు క్షిప్రమరం ద్రుతం

సత్వరం చపలం తూర్ణమవిళంబితమాషు చ॥

ప్రతిపదార్థం;

ప్రాణ: = ప్రాణ వాయువు చాలా ముఖ్యమైనది, అది శరీరం లో ప్రాధమిక శక్తి మరియు మిగిలిన 4 వాయువులకు మూలము. ఇది తల భాగం, కళ్ళు, ఛాతి భాగం ను ఆక్రమిస్తుంది; అపాన: = అపాన వాయువు బొడ్డు చుట్టూ ఆక్రమిస్తుంది; సమాన: = సమాన వాయువు బొడ్డు దగ్గర ఉన్న పొట్ట చుట్టూ ఆక్రమిస్తుంది; ఉదాన = ఉదాన వాయువు గొంతు లో మెడ, తల చుట్టూ పాకుతుంది; వ్యాన: = వ్యాన వాయువు గుండె లో, ఊపిరి తిత్తులలో స్థిరపడి శరీరం మొత్త ఆక్రమిస్తుంది; శరీరస్థాఇమే = ఇవి అన్నీ శరీరం లో ఉంటాయి; రంహాస్ = వేగంగా కదులుట; తరస్ = వేగవంతమైన గతి (నది దాటినప్పుడు); రయ: = తొందరగా కదులుట (నీళ్ళలో); స్యద: = వేగ (కారు నడుపుతున్నప్పుడు); జవ: = వేగం (వోడలు, విమానాలు చలనం); శీఘ్రామ్ = తొందరగా; త్వరితమ్ = తొందరగా; లఘు = తొందరగా; క్షిప్రం = తొందర; అరమ్ = తొందర;

ధృతమ్ = తొందర; సత్వరమ్ = వేగం; చపలం = తొందర; తూర్ణం = వేగవంతం; అవిళంబిత = అ + విళంబిత = కాదు + నెమ్మదిగా = వేగంగా; ఆశు = వేగం; ఇవి అన్నీ నడక, వంట, పరుగు అనే వివిధమైన విభాగాలలో పేర్లు;

69, 70 శ్లోకములు

లిప్యంతీకరణ;

శతతే'నారతా'శ్రాంతసంతతావిరతానిశమ్

నిత్యా'నవరతా'జస్రమపృథా'తిశయోభర: ॥

అతివేలభృషా'త్యథా'త్రిమాత్రోద్గాఢనిర్భరం

తీవ్రైకాంతనితాంతానిగాఢబాఢదృఢాని చ ॥

ప్రతిపదార్థం;

సతతమ్ = ఎల్లప్పుడు; అనారతమ్ = నిరంతరంగా; అశ్రాంతమ్ = శాశ్వతం; సంతతమ్ = శాశ్వతం; అవిరతమ్ = నిరంతరంగా, శాశ్వతం; అనిశం = నిరంతరం; నిత్యమ్ = శాశ్వతం; అనవరతమ్ = ఎడతెగని; అజస్రమ్ = ఎల్లప్పుడు; ఇవి అన్నీ నిరంతరం యొక్క వివిధమైన పేర్లు; అతిశయమ్ = అహంకారం; భార: = బరువు; అతివేలమ్ = ఎక్కువగా; భృశమ్ = తరచుగా; అతిమాత్రమ్ = పరిమాణం లో ఎక్కువ; ఉద్గాఢం = హింస లో మరీ ఎక్కువ; నిర్భరమ్ = లోతు (అభిమానం, ప్రేమ); తీవ్రం = అతి ఎక్కువ (శరీరం, మనస్సు); ఏకాంతం = ఒక్కరుగా ఉండడం; నితాంతం = దివ్యత్వం లో లోతుగా; గాఢం = ఎక్కువ (ప్రేమ, వ్యాధి); బాఢం = ఎక్కువ నొప్పి(శరీరం లోని శారీరక, మానసిక వ్యాధులు); ధృఢం = బలం (మానసికం, శారీరకం);

71, 72 శ్లోకాలు

లిప్యంతీకరణ;

కుటేరత్య్రమ్బకసఖోయక్షరాణ్గుహ్యకేశ్వర:

మనుష్యధర్మాధనదోరాజరాజోధనాధిప: ॥

కిన్నారేషోవైశ్రవణ: పౌలస్త్యో నరావాహన:

యక్షైకపిజ్గైలవిలశ్రీదపుణ్యజనేశ్వర: ॥

ప్రతిపదార్థం;

కుటేర: = పులస్త్య మహర్షి (మొట్టమొదట బ్రహ్మ సృష్టించిన నవ బ్రహ్మలలో ఒకరు) పుత్రుడైన వైశ్రవస మహర్షి యొక్క పుత్రుడు, రావణబ్రహ్మ యొక్క సవతి సోదరుడు; త్రయంతకసఖి: = త్రయంతక + సఖి: = శివుడు + స్నేహితుడు = శివుని యొక్క స్నేహితుడు, కుటేరుడు; యక్షరాజు: = యక్ష + రాజు = యక్షులకు రాజు, కుటేరుడు; గుహ్యకేశ్వర: = గుహ్యకులకు రాజు (గుహ్యకులు కుటేరుని పరిచారకులు, పర్వతగుహాలలో గుప్తంగా నివసిస్తారు, కుటేరుని నిధులకు రక్షకులు); మనుష్యధర్మాన్ = మనుష్య ధర్మమును పాటించేవాడు, కుటేరుడు; దనద: = ధనమును అందించేవాడు, కుటేరుడు; రాజాధిరాజు: = రాజులకు రాజు; ధనాధిప: = ధన + అధిప: = ఐశ్వర్యం + అధిపతి = ఐశ్వర్యమునకు అధిపతి, కుటేరుడు; కిన్నరేశ: = కిన్నెర + ఈశ: = కిన్నెరులకు రాజు, కుటేరుడు; వైశ్రవణ: = వైశ్రవసు మహర్షి

పుత్రుడు, కుటేరుడు విశాన అనే రాజ్యమును పరిపాలించుట వలన ఆయన వైశ్రవణ గా పిలవబడుతున్నాడు; పౌలస్త్య: = పులస్త్య మహర్షి యొక్క మనుమడు; నరవాహన: = నర + వాహన: = నరుని వాహనం గా ఉపయోగించేవారు, కుటేరుడు; యక్ష: = దేవ సంబంధితులు, కుటేరుడు; ఏకపింగళ:(ఏకాక్షిపింగళ:) = ఏక + అక్షి + పింగళ: = ఒకటి + కన్ను + పసుపు = ఒక కన్ను పసుపు రంగు కలిగిన వాడు, కుటేరుడు; ఐలావల: = మహర్షి విశ్రవసు మరియు భార్య ఐలావతి యొక్క పుత్రుడు, కుటేరుడు; శ్రీద: = ఐశ్వర్యము, శ్రీయస్సు కలిగినవాడు, కుటేరుడు; పుణ్యజన: = నిజాయతీ కలిగినవాడు, కుటేరుడు;

73, 74, 75 శ్లోకములు

లిప్యంతీకరణం;

అస్యో ధ్యానమ్ చైత్రరథం పుత్రస్తు నలకూబర:

కైలాస: స్థానమాలకాపూర్వ్యమానం తు పుష్పకం॥

స్యాత్ కిన్నెర: కింపురుషస్తురఙ్గవదనోమయు:

నిధిర్ణాశేవధీర్భేదా: పద్మశాఖ్ఖా"దయో నిధే:॥

మహాపద్మశ్చపద్మశ్చశంఖోమకరకచ్చపౌ

ముకుందకుందనీలాశ్చసర్వశ్చనిధాయో నవ॥

ప్రతిపదార్థం;

అస్య ఉద్యానం చైత్రరథం = ఈ (కుబేరుని) ఉద్యానం పేరు చైత్రరథం; పుత్ర: = నలకూబరుడు (కుబేరుని కొడుకు), కైలాస: = కైలాస పర్వతం దగ్గర ఉన్న గంధమాధన పర్వత (ప్రస్తుతం గర్వ్వాల్ హిమాలయములు) ప్రాంతములలో నివసిస్తారు; అలకాపురి = కుబేరుని పట్టణము; విమానం తు పుష్పకం = కుబేరుని విమానం పుష్పకం; కిన్నెర: = కిన్నెరులు; కింపురుష: = కింపురుషులు; తురంగవదన: = తురంగ + వదన: = అశ్వము + ముఖము: = అశ్వముఖము కలిగిన వారు; మయు: = జింక ముఖము కలిగినవారు; ఈ 4 జాతుల వారు దేవత గణములకు సంబంధించినవారు, కుబేరుని సహాయకులు;

నిధి: = సంపద; శేవధి: = సంపద, నిధి; పద్మం = కలువపువ్వు; శంఖం = సముద్రం లో దొరుకుతుంది; ఈ 4 నిధుల యొక్క వివిధమైన పేర్లు; కుబేరుని నవనిధులుచెప్పుకోతగినవి. అవి మహాపద్మం = తెల్ల కలువ, పద్మము, శంఖము, మకర: = మొసలి, కచ్చప: = తాబేలు; ముకుంద: = విలువైన మణులు, కుంద: = నిధి, నీల: = నీల మణి, ఖర్వ: = తెల్ల కస్తూరి జింక సువాసన కలిగిన పదార్థముతో తయారుచేసిన పుష్పములు;

76, 77 శ్లోకములు

లిప్యంతీకరణ;

ద్యౌదివౌద్వేస్త్రియమభ్రంవ్యోమపుష్కరమంతరం

నభోంతరిక్షంగగనమనతంసురవర్మ ఖం।

వియద్విష్ణుపదం వా తు పుంస్యాకాశవిహాయసీ

విహాసయో'పి నాకోపిద్యురపిస్యాత్తదవ్యయం

తారాపథో'అంతరిక్షం చ మేఘూద్వా చ మహాబిలం॥

ప్రతిపదార్థం;

బిగ్-బాంగ్ సిద్ధాంతం ప్రకారం అంతరిక్షం అనంతం. దానికి మొదలు, చివర లేవు. అందులో కోటానుకోట్ల పాలపుంతలు భూమికి కోటానుకోట్ల వెలుగు సంవత్సరాల దూరం లో ఉన్నాయి. అవి భూమినుంచి చూస్తే తళుక్కుమంటు మెరుస్తూ కనిపిస్తాయి. ఆకాశం అనేది అంతరిక్షమే. భూమి నుంచి నక్షత్రాలు, చంద్రుడు, సూర్యుడు, గ్రహాలు అన్ని ఆకాశం మీద కదులుతున్నట్టు అనిపిస్తుంది.కైలాసం, వైకుంఠం, స్వర్గం, నరకం మొదలగునవి అన్ని అంతరిక్షం లో ఉంటాయి.

ద్యో: = ఆకాశం; దివౌ: = ఆకాశం; ద్వే: = ఆకాశం; అభ్రమ్ = అంతరిక్షం, వ్యోమన్ = అంతరిక్షం, ఆకాశం. అంతరిక్షం, ఆకాశం రెండు ఒకటే; పుష్కరమ్ = ఆకాశం; అంతరమ్ = ఆకాశం; నభ: =

ఆకాశం; అంతరికక్షమ్ = ఆకాశం; గగనమ్ = ఆకాశం; అనంతమ్ = అన్ + అంతమ్ = లేదు + అంతం = అంతం లేనిది; సురవర్త్మన్ = సుర + వర్త్మన్ = దేవతలు + మార్గము = దేవతల మార్గము, ఆకాశం; ఖమ్ = ఆకాశం; వియత్ = ఆకాశం; విష్ణుపదమ్ = విష్ణువు మార్గము = అంతరిక్షం; విహాయస్ = గాలి, ఆకాశం; విహాయస: = ఆకాశము; నభ: = ఆకాశం; ద్యు: = ఆకాశం; తారాపథ: = తారా + పథ: = నక్షత్రములు + మార్గము = నక్షత్రముల మార్గము, అంతరిక్షము; శబ్దగుణ: = శబ్ద + గుణ = శబ్దము + శ్రేష్టమైన = అంతరిక్షం లో సంభవించే శ్రేష్టమైన శబ్దములు; మేఘద్వారమ్ = మేఘముల యొక్క ద్వారము, అంతరిక్షము; మహాబిలమ్ = మహ్ + బిలమ్ = లోతైన + బిలము = అంతరిక్షం;

78, 79, 80 శ్లోకములు

లిప్యంతీకరణ;

దిశస్తుకకుభ: కాష్ఠాఆశాశ్చహరితశ్చ తా:

ప్రాచ్యవాచీప్రతిశ్చత్యా: పూర్వదక్షిణపశ్చిమా:

ఉత్తరాదిగుదీచీశ్యాదిశ్యమే తు త్రిషుదిగ్భవే ||

అవాగ్భవఅవాచీనాముదీచీనముదద్భవమ్

ప్రత్యగ్భవమ్ప్రతీచీనం ప్రాచీనం ప్రాగ్మవమ్ త్రిషు ||

ఇన్ద్రోవహ్నిన: పితృపతిర్నైరుతోవరుణోమరుత్

కుటేర ఈశ: పతయ: పూర్వ"దీnaam క్రమాత్ ||

ప్రతిపదార్ధం;

దిశ: = దిక్కు, 4 వ భాగం; కకుభ: = దిక్కు; కాష్ఠా: = 4 వ భాగము;
ఆశా: = 4 వ భాగము; హరిత: = దిక్కు; ఈ 5 దిక్కుల యొక్క
వివిధమైన పేర్లు;

ప్రాచీ = తూర్పు భాగం; అవాచీ = దక్షిణ భాగం; ప్రతీచీ = పశ్చిమ
భాగం; పూర్వా = తూర్పు దిక్కు; దక్షిణ్ = దక్షిణ దిక్కు; పశ్చిమ
= పడమటి దిక్కు; ఉదీచీ = ఉత్తర భాగం; ఉత్తర్ = ఉత్తర దిక్కు;
దిగ్భవే = దిక్ + భవే = ఆయా దిక్కులందు లేక భాగముల
యందుఉత్పత్తిచేయుట లేక జన్మించుట;

అవాచీనంఅవాగ్భవ = దక్షిణ భాగమునందు కానీ దిక్కు నందు కానీ ఉత్పతిచేయుట లేక జన్మించుట; ఉదీచీనం = ఉత్తర భాగమునందు కానీ దిక్కు నందు కానీ ఉత్పత్తి చేయుట లేక జన్మించుట; ప్రతీచీనామ్, ప్రాచీనామ్ప్రత్యగ్భవమ్ = పశ్చిమ భాగము, తూర్పు భాగము నందు కానీ దిక్కు నందు కానీ ఉత్పత్తి చేయుట లేక జన్మించుట;

భూమి ని 4 సమాన భాగాలు విభజించి, ఒక్కొక్క భాగం తిరిగి 2 సమాన భాగముల విభజించి 8 సమాన భాగములుగా చేసి 8 ప్రాథమిక బిందువులు ఏర్పరచి, ఒక్కక్క దిక్కుకు ఒక్కొక్క దేవతను పరిపాలకునిగా ఏర్పాటుచేయటమైనది. పూర్వాదీనమ్ = గడియారం ముల్లు లాగా తూర్పు వైపు, దిశ: = దిక్కులు; క్రమాత్ = క్రమముగా; పతయ: = దేవతలు; తూర్పు వైపు నుంచి గడియారము ముల్లు లాగా తిరుగుతు ప్రాధమిక బిందువులకు ప్రాధినిత్యం వహిస్తున్న దేవతలు, 1.తూర్పు = ఇంద్రుడు; 2.దక్షిణ –తూర్పు = వహ్ని: = అగ్ని; దక్షిణం = పితృపతి: = యముడు; దక్షిణ –పశ్చిమం = నైరుతి = పార్వతి యొక్క రూపం; పశ్చిమమ్ = వరుణ: = వరుణుడు; ఉత్తర-పశ్చిమం = మరుత్ = వాయువు; ఉత్తరం = కుటేర: = కుటేరుడు; ఉత్తర –తూర్పు = ఈశ్వరుడు;

81, 82, 83 శ్లోకములు

లిప్యంతీకరణం;

రవి: శుక్రోమహిసూను: స్వర్బానుర్బానుజోవిధు:

బుధోబృహస్పతిశ్చేతిదిశామ్మైవతథా గ్రహ: ॥

ఐరావత: పుండరీకో వామన: కుమూదోన్నన:

పుష్పదంతఃసార్వభౌమఃసుప్రతీకశ్చదిగ్గజా: ॥

కరిణ్యో'బ్రముకపిలాపిఙ్గళా'నుపమాక్రమాత్

తామ్రకర్ణీశుభ్రదంతీ చా'ఙ్గనాచాఙ్గనావతీ ॥

ప్రతిపదార్థం;

దిశంచైవతథాగ్రహో: = దిక్కులు, వాటి ని ప్రాతినిధ్యం వహించే గ్రహములు; తూర్పు వైపు రవి; దక్షిణ-తూర్పు వైపు శుక్రుడు; మహిసూను: = మహీ + సూను: = సూర్యుడు + పుత్రుడు = సూర్యుని పుత్రుడు = యముడు, దక్షిణం వైపు యముడు; స్వర్ = ఆకాశం లో మంచి వెలుగు ఉన్న బిందువు, రాహువు, రాహువు గ్రహం కాదు, ఆకాశం లో బిందువు, దక్షిణ-పశ్చిమం వైపు రాహువు; భానుర్బానుజ: = భాను + భానుజ: = సూర్యుడు + సూర్యుని పుత్రుడైన శని, పశ్చిమ దిక్కు వైపు శని, విధు: = చంద్రుడు, ఉత్తర -పశ్చిమం వైపు చంద్రుడు; ఉత్తరం వైపు బుధుడు; ఉత్తరం-తూర్పు వైపు బృహస్పతి ప్రాతినిధ్యం వహిస్తున్నారు;

దిగ్గజా: = దిక్ + గజా: = దిక్కు + గజములు = సంబధితదిక్కులందు గజములు; తూర్పు నందు ఇంద్రును యొక్క గజము ఐరావతము; పుండరీక: = దక్షిణ-తూర్పు నందు అగ్ని యొక్క గజము పుండరీకుడు; వామన: = దక్షిణము నందు యముని యొక్క గజము వామనుడు; కుముద: = దక్షిణ-పశ్చిమము నందు రాహువు యొక్క గజము కుముదుడు; అంజన: = పశ్చిమము నందు వరుణుని యొక్క గజము అంజనుడు; పుష్పదంత: = ఉత్తర –పశ్చిమము నందు వాయువు యొక్క గజము పుష్పదంతుడు; సార్వభౌమ: = ఉత్తరము నందు కుటేరుని యొక్క గజము సార్వభౌముడు; సుప్రతీక: = ఉత్తర- తూర్పు నందు ఈశ్వరుని యొక్క గజము సుప్రతీకము; క్రమాత్కరిణ్యా: = క్రమాత్ + కరిణ్యా: = క్రమముగా + ఏనుగులు = ఈ ఏనుగులు దిక్కుల దేవతముల యొక్క దిగ్గజముల యొక్క భార్యలు. వరుస క్రమములో అభ్రము, పింగళా, అనుపమా, తామ్రకర్ణి, శుభ్రదంతి, చాంగనా, చాంగనావతి;

84, 85, 86 శ్లోకములు

లిప్యంతీకరణ;

క్లీబా'వ్యయం త్వపదిశందిశోర్మధ్యేవిదిక్ష్తియామ్
అభ్యంతరం త్వంతరాళమ్చక్రవాళం తు మండలం ॥

అభ్రమేఘౌవారివాహాస్తనయిత్న్ముర్బలాకః
ధారాధరోజలధరస్తదిత్వాన్వారిదో'మ్బుభృత: ॥

ధనజీమూతముదిరజలముగ్ధమయోనయః
కాదంబినీ మేఘమాలా త్రిషుమేఘుభవే'బ్రియమ్ ॥

ప్రతిపదార్థం;

అపదిశమ్ = ఏవైనా రెండు దిక్కుల మధ్య ప్రదేశము (ప్రాంతం);
దిశోర్మధ్యే: = ఏవైనా రెండు దిక్కుల మధ్య ప్రాంతం; అభ్యంతరమ్
= రెండు దిక్కుల మధ్య దిక్కుల ప్రాంతం; అంతరాళమ్ = రెండు
దిక్కుల మధ్య ప్రాంతం; చక్రవాళమ్ = సగం చక్రం కానీ, పూర్తి
చక్రము గా కానీ ఉండును(భూమికి, ఆకాశానికి మధ్య ఉండే
ప్రాంతం); మండలం = చక్రము గా ఉండే ప్రాంతం;

అభ్రమ్ = మేఘం; మేఘుః = మేఘం; వారివాహః = వారి + వాహా:
= నీరు + వాహానం = మేఘం; స్తనయిత్ను: = ఉరుముతున్న
మేఘం; బలాహకః = ప్రపంచ విధ్వంసానికి కారణమైన 7
మేఘములలో ఒకటి; ధారాధర: = ఎడతెగని ధారాపాతమైన

వర్షం; జలధర: = ధారగా పడే నీరు = వర్షం; తటిత్వాన్ = మేఘం; వారిదః = వర్షం ఇచ్చే మేఘం (కొన్ని మేఘములలో నీరు ఉండదు); అమ్బుభృత్ = అంభు + భృత్ = నీరు + కలిగి ఉండుట = నీరు కలిగి ఉండేది, మేఘం; ఘనః = బరువైన నీటి బిందువులు ఉన్న మేఘం; జీమూత: = మేఘం; ముదిర: = మేఘం; జలముక్ = చెదుమదురుగా పడుతున్న వాన; ధూమయోని: = పొగ మంచు; కాదంబినీ = క్రమములో లో ఉన్న మేఘములు; మేఘమాలా = మేఘ + మాలా = మేఘమ్ + దండ = మేఘముల యొక్క దండ; మేగాభవే = మేఘములలో ఉన్న నీరు; అబ్రియమ్ = మేఘమునకు సంటందించినది;

87, 88, 89, 90 శ్లోకములు

లిప్యంతీకరణ;

స్తనితంగర్జితంమేఘనిర్ఘోషెరసితా'ది చ

శంపాశతహ్రదాప్రోదిన్నైరావత్యక్షణప్రభా ॥

తడిస్తోదామినివిద్యుచ్చంచలా చపలా

స్ఫూర్జథుర్వర్ష్లనిర్ఘోషోమేఘజ్యోతిరిరమ్మదః ॥

ఇంద్రాయుధంశక్రధనుస్తదేవబుుజురోహితం

వృష్టివర్షం తద్విఘుతే'వగ్రాహ'వగ్రహోసమో ॥

ధారాసంపాతాఆశార: శీకరోంటుకణా: స్మృతా:

వర్షోపలస్తుకరకామేఘచన్నే'హ్నా దుర్దినం ॥

ప్రతిపదార్థం;

సనితమ్ = పెద్ద ధ్వని; గర్జితమ్ = గర్జించే ధ్వని; రసితమ్ = ప్రతిధ్వనించే పెద్ద ధ్వనులు; మేఘనిర్ఘోష = మేఘ + నిర్ఘోష = మేఘము + టడటడ ధ్వనులు = మేఘముల నుండి వచ్చే టడటడ ధ్వనులు;

శంపా(శంప) = మెరుపులు; శతహ్రదా = శత + హ్రదా = వంద + ధ్వనులతో కూడిన మెరుపు = వంద ధ్వనులతో కూడిన మెరుపు; ప్రోదినీ = ఇంద్రుని ఆయుధమైనమైన శక్తితో సమానమైన మెరుపు

కలిగినది; ఐరావతీ = ఇంద్రుని గజమైన ఐరావతము అంత శక్తి కలిగిన మెరుపు; క్షణప్రభా = క్షణ + ప్రభా = క్షణం + మెరియుట = క్షణం లో మెరియుట; తటిత్ = మెరుపు ప్రభావంతమగుట; సౌదామినీ = మెరుపు; విద్యుత్ = మెరుపు; చంచలా = మెరుపు; చపలా = మెరుపు; స్ఫూర్జతు: = ఉరుములు ఫెళఫెళపడుట; వజ్రనిర్ఘోష: = వజ్రనిశ్వేష: = పిడుగు పడుట; మేఘజ్యోతి: = మేఘము నందు తేజస్సు; ఇర్రమ్మడ: = మేఘము నందు తేజస్సు;

ఇంద్రాయుధమే = ఇంద్ర + ఆయుధం = ఇంద్రుడు + ధనుస్సు = ఇంద్రధనస్సు; శక్రధనుస్ = శక్ర + ధనుస్ = శక్తివంతమైన ధనస్సు = ఇంద్ర ధనస్సు; దేవరుజురోహితమ్ = ధృఢముగా ఉన్న చక్కని ఇంద్రుని ధనస్సు; వృష్టి: = పెద్ద వర్షం; వర్షమ్ = వాన; తత్విఘూత: = తత్ + విఘూత = ఆ వర్షము నందు అద్దము = కరువు; అవగ్రహా: = కరువు; ధారాసంపాత: = ధారగా కురుసే వర్షం; ఆసార: = జడి వాన; శీకర: = ముసురు; అంటుకణ: = తుంపురులు; వర్షోపల: = వాడగళ్ళు; కరకా = వడగండ్లు; మేఘచన్నే = మేఘము చేత కప్పటడిన; అహ్నా = పగలు; దుర్దినమ్ = మేఘావృతమైనరోజు;

91, 92, 93 శ్లోకములు

లిప్యంతీకరణ;

అంతర్దా వ్యవధా పుంసిత్వంతర్ధిరపవారణం

అపిధానతిరోధానపిధానా"చ్చాదనాని చ॥

హిమామ్ముశ్చంద్రమాశ్చంద్రఇందుఃకుముదబాన్దవః

విధుఃసుధాంశుఃశుభ్రాంశురోషధీశోనిశాపతిః॥

అబ్జోజైవాత్యక: సోమోగ్లౌర్ఝ్మఖాఙ్గ:

ద్విజరాజ: శశధరోనక్షత్రేశక్షపాకరః॥

ప్రతిపదార్థం;

అంతర్దా = చాటు చేయుట, మూసుకుపోవుట; వ్యవధా = ఏదైనాకప్పేదిలేక కప్పుటడేది; అంతర్ధిః = అదృశ్యమగుట; అపవారణం = అదృశ్యమగుట; అపిధానమ్ = కప్పుటడుట; తిరోధానమ్ = కప్పుటడుట; పిధనమ్ = కప్పుటడుట; ఆచ్చాధానమ్ = కప్పుటడుట;

హిమాంషు: = హిమ + అంషు: = చల్లని + కిరణాలు = చల్లని కిరణాలు ఇచ్చే చంద్రుడు; చంద్రమా: = చంద్రునికిసంబడించినది; చంద్ర: = ఎవరైతే సంతోషం ఇస్తారో; ఇందు: = ప్రకాశవంతమైన బిందువులు; కుముదబాంధవ: = కుముద + బాంధవ: = నల్ల కలువ + చుట్టం = నల్ల కలువ యొక్క చుట్టం, చంద్రుని చూసి కలువ వికశిస్తుంది(కలువను ఈజిప్ట్ వారు నీటి కలువ అని

పిలుస్తారు, వారు నీటి కలువను సూర్యుని తో జోడిస్తారు); విధు:
= జ్ఞానవంతుడు, చంద్రుడు; సుధాంషు: = సుధ + అంశు =
అమృతం + కిరణాలు = అమృతకిరణాలుప్రసరించేవాడు, చంద్రుడు;
శుభ్రాంశు: = శుభ్ర + అంశు: = తెల్లని + కిరణాలు = తెల్లని
కిరణాలు ప్రసరించేవాడు, చంద్రుడు; ఓషదిశ: = ఓషద్ + ఈశ: =
ఓషధులు + రాజు = ఓషధులకు రాజు, చంద్రుడు; నిశాపతి: = నిశా
+ పతి: = రాత్రి + రాజు = రాత్రి కి రాజు = చంద్రుడు; అబ్ట: = నీటి లో
జన్మించుట, పాలసముద్రం లో సముద్రమథనము జరిగినప్పుడు
లక్ష్మి దేవి తో చంద్రుడు కూడా బయటికి వచ్చాడు; జైవాత్ృక: =
చైతన్యం నింపేవాడు, చంద్రుడు; సోమ: = సోమవారం, సోమవారం
చంద్రునికి ముఖ్యమైనది, సోమ అనేది అమృతం, సముద్రమథనం
జరిగినప్పుడు చంద్రుడు అమృతం తీసుకుని వస్తాడు; గ్లౌ: =
ప్రేమికులకు మృదువైన బాధను కల్పిస్తాడు, చంద్రుడు; మృగాబ్జ:
= కృష్ణ జింక పై స్వారీ చేసే వాడు, చంద్రుడు; ద్విజరాజు: =
ద్విజ + రాజు: = బ్రాహ్మణులు + రాజు = బ్రాహ్మణులకు రాజు,
చంద్రుడు; శశధర: = శశ + ధర: = కుందేలు + ఉంచుకునేవాడు =
కుందేలును ఉంచుకునేవాడు, చంద్రుడు; నక్షత్రేశ: = నక్షత్ర + ఈశ:
= నక్షత్రములు + రాజు = నక్షత్రములకు రాజు, చంద్రుడు; క్షపాకర:
= రాత్రి ఉండేవాడు, చంద్రుడు;

94, 95, 96, 97 శ్లోకములు

లిప్యంతీకరణ;

కళా తు షోడశోభాగోబిమ్బోస్త్రీ మండలం త్రిషు:

భిత్తమ్మకలఖండే వా పుంస్యర్ధ్యోర్ధంసమేంశకే॥

చంద్రికా కౌముదీ జ్యోత్స్న ప్రదాస్తు ప్రసన్నతా

కళంకాబ్కొ లాంఛనమ్ చ చిహ్నమ్ లక్మ చ లక్మనమ్॥

సుషమా పరమా శోభా శోభాకాంతిర్ద్యుతిశ్చవి:

అవశ్యయస్తునీహారస్తుషారస్తుహినమ్ హిమమ్।

ప్రాలేయ మిహికా చా'థ హిమానీ హిమసంహతిః

శీతం గుణేతత్వదర్ధా: సుషిమ: శిశిరో జడ:

తుషారఃశీతలఃశీతోహిమఃసప్తా'న్యాలింగకా:॥

ప్రతిపదార్థం;

కళా + షోడశ + భాగ = ప్రకాశం + 16 + భాగములు = 16 రోజులు కళ కలిగినవాడు, చంద్రుడు. శుక్ల పక్షం పాడ్యమి మొదలు పౌర్ణమి వరకు వృద్ధి చెందుతాడు, పౌర్ణమి తరువాత కృష్ణ పక్షం పాడ్యమి నుంచి అమవాస్య వరకు క్షీణిస్తుఉంటాడు, అందువలన చంద్రుని షోడశ కళానిధి అంటారు; బింబ: = గళం; మండలమ్ = సూర్యునిది, చంద్రునిది గోళం రూపం; భిత్తమ్ = చంద్రుని లో తునక; శకలం =

చంద్రుని లో కొంత భాగం; ఖండమ్ = చంద్రుని లోని ముక్క; అర్ధ: = చంద్రుని లో సగ భాగము; చంద్రికా = చంద్రుని కాంతి, వెన్నెల; కౌముదీ = వెన్నెల; జ్యోత్స్న = శోభ; ప్రసాదః = తేటగా ఉండేవాడు, చంద్రుడు; ప్రసన్నతా = ప్రసన్నంగా ఉండేవాడు, చంద్రుడు; కళంక: = మచ్చ ఉండుట వలన చంద్రుడు కళంక అని పిలవబడుతున్నాడు; లంక: = సాంగత్యం, కథలలో, కావ్యములలో ప్రేమికుల సాంగత్యం కొరకు చంద్రుని పేరు ఎక్కువగా ఉపయోగిస్తారు; లాంఛనమ్ = లక్షణములు కలిగిన చిహ్నం; చిహ్నమ్ = మచ్చ; లక్ష్మ = మచ్చ; లక్ష్మణా = చిహ్నం; సుషమా = సున్నితమైన కాంతి; పరమా = ఎక్కువ అందం; శోభా = ప్రకాశం; కాంతి: = ప్రకాశం; ద్యుతిః = తెలివిగలవాడు, చంద్రుడు; చవిః = ప్రకాశం; అవశ్యయః = మంచు; నీహారః = మంచు; తుషారః = తేలికైన వర్షం; తుహినమ్ = పొగ మంచు; హిమమ్ = మంచు; ప్రాళీయమ్ = మంచు బిందువు; మిహికా = పొగ మంచు; మహికా = మంచు; హిమానీ = మంచు గడ్డలు; హిమసంహితమ్ = మంచు ముద్దలు; శీతం = చల్లతనం; సుషిమా = ఎక్కువ చల్లతనం; శిశిర: = అతి చల్లగా; జడ: = ఎక్కువ చల్లతనం; శీతల: = ఎక్కువ చల్లతనం; శీత: = అతి చల్లతనం; హిమ: = చల్లతనం;

98, 99, 100 శ్లోకములు

లిప్యంతీకరణ;

ధ్రువ బెత్తానపాది: స్యాత్అగత్స్య: కుంభసంభవః

మైత్రావరుణిరస్యైవ లోపాముద్రా సధర్మిణి।

బృహస్పతి: సురాచార్యోగీష్పతిర్ధిషణోగురుః

జీవ అంగీరసోవాచస్పతిశ్చిత్రశికండిజ:।

అంగారకఃకుజోభౌమోలోహితాఙ్గో మహిసుతః

రౌహిణెయోటుధః సౌమ్య: సమౌశౌరిషణేశ్వరౌ॥

ప్రతిపదార్థం;

ధ్రువ: = ధ్రువుడు; బెత్తానపాది: = ఉత్తనపాదుని పుత్రుడు, ధ్రువుడు; ధ్రువుడు తపస్సు చేసి విష్ణువును మెప్పించి ఆకాశం లో ఎల్లప్పుడు నక్షత్రం గా వెలుగుతూ ఉండేడట్టు గా వరం పొంది ధ్రువ నక్షత్రం గా పేరు గాంచాడు. ఆయన చిరంజీవి; అగస్త్య: = అగస్త్యుడు; కుంభసంభవ: = కుంభ + సంభవ: = కుండ + జన్మించుట = కుండలో జన్మించుట, అగస్త్యుడు; మైత్రావరుణి: = దేవతలైన మిత్రా, వరుణులు చేసిన యజ్ఞ ఫలితముగా జన్మించుట వలన అగస్త్యునకుమైత్రావరుణుడు అనే పేరుతో పిలవబడుతున్నాడు (అగస్త్యుడు స్త్రీ గర్భము నుంచి జన్మించ లేదు); అగస్త్యుడు అన్నిటికంటె ఎక్కువ ప్రకాశవంతం గా వెలిగే నక్షత్రము అనిపురాణాలలో చెప్పబడింది, ఆయన

సహధర్మచారిణి లోపాముద్ర; బృహస్పతిః = బృహస్పతి; సురాచార్య: = సుర + ఆచార్య: = దేవతలు + గురువు = దేవతల గురువు, బృహస్పతి; గీష్పతి: = జ్ఞానవంతుడు, బృహస్పతి; ధీషణ: = తెలిగలవాడు, బృహస్పతి; గురుః = దేవతలకు గురువు; జీవః = బృహస్పతి; ఆంగీరసః = అంగీరసుని పుత్రుడు, బృహస్పతి; వాచస్పతి: = వాక్శుద్ధి కలిగినవాడు, బృహస్పతి; చిత్రశిఖండిజ: = అంగీరసుని పుత్రుడు, బృహస్పతి; అంగారక: = ఎర్రని రంగులో ఉండే గ్రహం; కుజః = భూమి నుంచి జన్మించినవాడు, అంగారకుడు; భౌమః = భూమికి, వరాహ అవతారం లో వున్న విష్ణువు కు జన్మించినవాడు, అంగారకుడు; లోహితాభ్ఙ: = లోహిత + అంగ = ఎరుపు + శక్తి కలిగిన శరీరము = శక్తి కలిగిన ఎరుపు రంగు శరీరము కలిగినవాడు, అంగారకుడు; మహీసుతః = మహీ + సుత: = భూమి + పుత్రుడు = భూమి యొక్క పుత్రుడు, అంగారకుడు; రౌహిణేయ = బుధుడు దక్షుని పుత్రిక రోహిణి, చంద్రుని యొక్క పుత్రుడు; బుధ: = చంద్రుని పుత్రుడు; సౌమ్య: = బుధుడు; శౌరి: = శని; శనైశ్చర: = శని కి సంబంధించింది;

101 శ్లోకం

లిప్యంతీకరణ;

శుక్రోదైత్యగురూ: కావ్య ఉషనా భార్గవ: కవి:

తమస్తు రాహు: స్వర్భాను: సైంహికేయోవిధుంతుద: ‖

ప్రతిపదార్థం;

శుక్ర: = సంస్కృతం లో శుక్రఅనగా స్పష్టమైనది మరియు ప్రకాశవంతమైనది అని అర్థం, శుక్రుడు ఒక గ్రహము, ఆయన భృగు మహర్షి (బ్రహ్మ సృష్టి లోని నవ బ్రహ్మల లో ఒకరు) కి, కావ్యమాతకు (ఉశనా) జన్మించిన పుత్రుడు; దైత్యగురు: = దైత్య + గురు: = రాక్షస గురువు, శుక్రాచార్యులు; కావ్య: = కవి: = కావ్యమాత పుత్రుడు, శుక్రుడు; ఉశనాస్ = ఉశనా పుత్రుడు; భార్గవ: = భృగు మహర్షి పుత్రుడు, శుక్రుడు;

తమస్ = అంధకారం, అజ్ఞానం, రాహువు; రాహు: = రాహువు, ఇది చాయా గ్రహము, అపసవ్య మార్గం లో నడుస్తుంది, ఈ గ్రహం నవగ్రహ కూటమి లో ఒకటి గా పరిగణింపటడుతుంది; దేవతలు, రాక్షసులు మందర పర్వతం కవ్వముగాను, వాసుకి అనే సర్పమును తాడుగాను ఉపయోగించి పాల సముద్రమును మధించగా అమృతము వెలువడింది. విష్ణువు స్త్రీ రూపమైన మోహిని రూపము ధరించి దేవతలకు అమృతం పంచుతుండగా స్వర్భాను అనే రాక్షసుడు దేవతల రూపం ధరించి అమృతం సేవించి

అమరుడైనాడు. ఈ విషయం సూర్యుడు, చంద్రుడు గ్రహించి విష్ణువు కు తెలుపగా, విష్ణువు సుదర్శన చక్రం తో రాక్షసుని తల ఖండించగా (అప్పటికి రాక్షసుడు అమరుడైనాడు), తల రాహువుగా, శరీరం కేతువు గా ఏర్పడినది. సూర్య, చంద్ర గ్రహణములకు రాహువు కారణమని పురాణములు పేర్కొన్నాయి; స్వర్భాను: = రాహువు; సైహింక: = స్వర్భాను అనే రాక్షసుడు సైంహిక అనే దేవత యొక్క పుత్రుడు అని హరివంశం వివరించింది; విధుంతుద: = సూర్యుని, చంద్రుని బాధించే వాడు, రాహువు;

102, 103, 104, 105 శ్లోకములు

లిప్యంతీకరణ;

నక్షత్రమృక్షం భం తారా తారకా'ప్యుడు వా స్త్రియామ్

దాక్షాయిణ్యో'శ్వనీత్యాదితారాఅశ్వయుగశ్వినీ॥

రాధావిశాఖాపుష్యే తు సిద్ధ్యతిష్యాశ్రవిష్ఠయా

సమా దనిష్ఠా: స్యు: ప్రోష్ఠప్రదాభాద్రపదా: స్త్రియ:॥

మృగశీర్షంమృగశిరస్త్స్మిన్నేవ"గ్రహాయణీ

ఇల్వలాస్తచ్చిరోదేశే తారకా నివసంతి యా:॥

సప్తర్షయోమరీచ్యత్రిముఖాశ్చిత్రశిఖండిన:

రాశీనాముదయో లగ్నం తే తు మేషవృషాదయ:॥

ప్రతిపదార్థం;

నక్షత్రమ్ = చుక్క; ఋక్షమ్ = నక్షత్రం; భం = ఎక్కువ వెలుగును ఇచ్చే నక్షత్రం; తారా = నక్షత్రం; తారకా = పడుతూ ఉండే నక్షత్రం; ఉడు = నక్షత్రం;

అశ్వనీత్యాదితారా: = అశ్వని + ఇతి + ఆది + తారా = అశ్వని మరియు మరి కొన్ని నక్షత్రములు; దాక్షాయిణ్య: = దక్ష ప్రజాపతి 27 మంది పుత్రికలు చంద్రుని వివాహం చేసుకున్నారు. వారే 27 నక్షత్రములు గా వ్యవహరింపబడుతున్నారు. వీరు

చంద్రుని కక్ష్య లో తిరుగుతువుంటారుఅని పద్మ పురాణం లో వివరించారు. అందువలన వారు దాక్షాయణ్యులు గా పేరుగాంచారు; ఆశ్వయుగశ్వినీ = ఆశ్వయుక్ + అశ్వినీ = అశ్వముఖమనకు సంబంధించిన నక్షత్రములు అన్నీ అశ్వినీ నక్షత్ర సమూహంనకుచెందుతాయి; రాధా, విశాఖ నక్షత్రములు విశాఖ నక్షత్ర సమూహమునకు చెందుతాయి; సిద్ధ, తిష్యా, పుష్యమి నక్షత్రములు పుష్యమి నక్షత్ర సమూహమునకు చెందుతాయి; శ్రవిష్ట, ధనిష్ట నక్షత్రములు ధనిష్ట నక్షత్ర సమూహమునకు చెందుతాయి; ప్రౌష్టప్రద నక్షత్రము పూర్వాభాద్ర నక్షత్రం సమూహమునకు చెందుతుంది; భాద్రప్రద నక్షత్రం ఉత్తరాభాద్ర నక్షత్రమునకు చెందుతుంది; మృగశీర్షం, మృగశిర, ఆగ్రహాయణీఅనునవిమృగశీర్షము పేర్లు; ఆగ్రహాయణీ = ఆగ్రహాయణ పౌర్ణమి (అగ్రహాయణం = అగ్ర: + ఆయనం = పెద్దవాడు (సూర్యుడు) + ప్రయాణం = సూర్యుని ప్రయాణం; ఇల్వల: = 5 నక్షత్రముల సమూహము పేరు కాలబైరవ నక్షత్రము [గ్రీక్ పురాణం లో ఒరియన్ (వేటగాడు) హెడ్ (తల) అనిచెప్తారు]; తచ్చిరోదేశే = ఆ మృగశిర నక్షత్రము మీద; యా: తారకా: నివసంతి = ఏ నక్షత్రములు నివసిస్తున్నావో, వాటిని కాలభారవ నక్షత్ర సమూహముగా పరిగణిస్తారు;

సప్తార్షయోమరీశ్చ్యత్రిముఖా: = మరిచి, అత్రి సప్తఋషులలో ప్రధాన ఋషులు; సప్తఋషులు మరిచి, అత్రి, అంగీరసుడు, పులస్త్యుడు, పులహుడు, క్రతువు, వశిష్టుడు; చిత్రశిఖండిన: = ఉర్యమోజారిస్ = సప్తఋషులు నక్షత్ర సమూహముగా భూమికి ఉత్తరమున ఆకాశంలో వెలుగుతూ కనిపిస్తారు; ధ్రువుడు విష్ణు వరప్రసాది అయి ధ్రువ నక్షత్రముగా (పొలారిస్) పేరు గాంచిసప్తఋషులకు దగ్గరగా వెలుగుతూ ఉంటాడు;

రాశీనామ్ ఉదయం లగ్నం తేతుమేషవృషాదయ: = మేష, వృషభ మొదలగు రాశులు ఉదయించుట. ఆ రాశులు మేషము, వృషభము, మిధునము; కర్కాటకము, సింహాము, కన్య, తుల, వృశ్చికము, ధనుస్సు, మకరము, కుంభము, మీనము;

106, 107, 108, 109, 110, 111, 112 శ్లోకములు

తెలుగు లిప్యంతీకరణ;

సూరసూర్యార్యమాదిత్యద్వాదశాత్మదివాకర:

భాస్కరాహాస్కరభ్రధ్న ప్రభాకరవిభాకరా: ॥

భాస్వద్వివస్వత్సప్తాశ్వపరిదశ్వోష్ణరశ్మయ:

వికర్తనార్కమార్తాండమిహిరాఋుణపూషణ ॥

ధ్యమణిస్తరణిర్మిత్రశ్చిత్రభానుర్విరోచన:

విభావసుర్గ్రహపతిస్త్విషామ్పతిరహోర్పతి: ॥

భానుర్వంస:సహస్రాంఘుస్తపన:సవితా రవి:

పద్మాక్షస్తేజసాంరాశిశ్చాయానాథస్తమిశ్రహ్ ॥

కర్మశాక్షీజగచ్చక్షుర్లోకబంధుస్త్రయీతను:

ప్రద్యోతనో దినమణి: ఖద్యోతో లోకబాంధవ: ॥

ఇనోభగోదామనిధీశ్వాంశుమాల్యబ్జినీపతి:

మారర: పింగళోదండశ్చండాంశో: పారిపార్శ్వకా: ॥

సూరసూతోరుణోనూరు: కాశ్యపిర్గరుడడాగ్రజ:

పరివేషస్తుపారిధిరూపసూర్యకమండల: ॥

ప్రతిపదార్థం;

శూర: = సూర: = శూరుడు, దేవత; సూర్య: = సూర్యుడు; ఆర్యమాన్ = కశ్యప మహర్షి, అదితి యొక్క మూడవ పుత్రుడు. ఆదిత్యులలో ఒకడు. పగటి (సుమారు 10 గంటల సమయం) సూర్య బింబము; ఆదిత్య: = సూర్యుడు; ద్వాదశాత్మన్ = 12 రూపములలో కనుపించువాడు, సూర్యుడు; దివాకర: = దివ + ఆకార = వెలుగు (పగలు) + రూపము = పగటి పూట వెలుగు ఇచ్చే రూపము, సూర్యుడు; భాస్కర: = భాస్ + కర: = మెరిసే వెలుగు + ఇచ్చేవాడు = సూర్యుడు; అహస్కర: = పగలు అంతా కనిపించేవాడు, సూర్యుడు; ట్రధ్న: = సూర్యుడు; ప్రభాకర: = రాహువు సూర్యునికి అడ్డుపడినప్పుడు ప్రభాకర మహర్షి ప్రత్యక్షమై స్వస్తి పలుకగా, రాహువు సూర్యుని వదిలెను. అప్పుడు సూర్యుడు ప్రకాశవంతముగా వెలిగెను. అందువలన సూర్యుడు ప్రభాకర అనే నామముతో పిలవబడుతున్నాడు.విభాకర: = ఎక్కువగా ప్రకాశించేవాడు; భాస్వాన్ = వెలిగేవాడు; వివాశ్వాన్ = కాంతి కలిగినవాడు, సూర్యుడు; సప్తాశ్వ: = సప్త + అశ్వ: = 7 అశ్వముల (గుర్రములు) రథమును అధిరోహించినవాడు, సూర్యుడు; హరిదశ్వ: = 7 అశ్వములు కలిగిన రథము పైన అంతరిక్షం లో ప్రయాణించేవాడు, సూర్యుడు; ఉష్ణరశ్మి: = ఉష్ణ + రశ్మి: = వేడి + కిరణము = వేడి కిరణములు కలిగినవాడు, సూర్యుడు; ఆర్క: = సూర్యుడు ఆకాశం లో వంపు గా ప్రయాణం చేస్తున్నట్టుగా కనిపిస్తుంది. ఆర్క అనగా మెరుస్తూ ఆరాధింపబడేటట్టు ఉండే సూర్యుడు. కనుక సూర్యుని ఆర్క అనే పేరుతో పిలుస్తారు; మార్తాండ: = మార్త (మృత) + అండ (పిండం) = మృత పిండం. ట్రహ్మ పురాణం, శతపతబ్రాహ్మణముల ప్రకారం కశ్యప మహర్షి, అదితి యొక్క 8 వ గర్భస్థ పిండం మరణించగా, తిరిగి

మహర్షి చేత చైతన్యం కలిగింపబడెను. అందువలన సూర్యుడు మార్తాండుడుఅని పిలవబడుతున్నాడు; మిహిర: = సూర్యుడు; అరుణ: = అకాలముగా, అసంపూర్ణముగా జన్మించి పగటి పూట సూర్యుని లాగా ఎరుపు రంగు లో ఉంటాడు. అరుణుడు సూర్యుని యొక్క సారథి; పుషా: = పుషుడు, 12 మంది ఆదిత్యుల్లో ఒకరు. అతను ఆహార దినుసులకు అధిపతి. సూర్యుడు; ద్యుమణి: = ద్యు + మణి = ఆకాశం + మణి = ఆకాశం లో మణి లాగా మెరిసేవాడు. సూర్యుడు; తరణి: = సూర్యుడు; మిత్ర: = మిత్ర 12 మంది ఆదిత్యులలో ఒకరు.అతను చంద్రుని లో, సముద్రము లో నివశిస్తుంటాడు; చిత్రభాను: = వెలుగు తో మెరుస్తూ ఉంటాడు, సూర్యుడు; విరోచన: = వెలుగును విరజిమ్మేవాడు. సూర్యుడు; విభావసు: = సూర్యుడు; గ్రహపతి: = గ్రహా + పతి: = గ్రహములకు అధిపతి = సూర్యుడు; త్విశంపతి: = త్విశం + పతి: = వెలుగు + అధిపతి = వెలుగుకు అధిపతి. సూర్యుడు; అహార్పతి: = అహార్ + పతి: = పగలు మొత్తం + అధిపతి = పగలు మొత్తము (సూర్యోదయం నుంచి సూర్యాస్తమం) నకు అధిపతి. సూర్యుడు; భాను: = ప్రకాశించువాడు. సూర్యుడు; హంస: = హిందూ వేదాంత శాస్త్రం లో హంస అనగా సూర్యుని వెలుగు లాగా తెల్లగా ఉండే ఆత్మ అని వివరించారు. శ్వేతవరహోపనిషద్ లో హంస అనే ఆత్మ సూర్యుని లాగా అనంతకాశం లో ప్రయాణిస్తుందని, అదియేపరబ్రహ్మమని వివరించారు. సూర్యుడు కూడా బ్రహ్మస్వరూపమని వివరించారు; సహస్రాంశు: = సహస్ర + అంశు: = 1000 + కిరణాలు = వెయ్యి కిరణాలు కలిగినవాడు. సూర్యుడు; తపన: = మండుతూ వెలుగు ఇచ్చే వాడు. సూర్యుడు; సవితా = సూర్యుడు చెట్టులో, ఓషధులలో ఉన్నప్పుడు సవిత్రుడులనిపిలవబడుతాడు; రవి: = సూర్యుడు గర్జించినప్పుడు రవి గా పిలవబడుతాడు; పద్మాక్ష: = పద్మ +

అక్ష: = పద్మం + కన్నులు = పద్మం యొక్క కళ్లను సూర్యని గా భావిస్తారు. సూర్యుడు ఉదయించినప్పుడు పద్మం వికసిస్తుంది; తేజసాంరాశి: = తేజసామ్ + రాశి: = ప్రకాశవంతం + గ్రహం = ప్రకాశవంతమైన గ్రహం = సూర్యుడు; ఛాయానాథ: = ఛాయా + నాథ: = ఛాయా + భర్త = సూర్యుడు. మార్కండేయ పురాణం లో, ప్రజాపతి విశ్వకర్మ యొక్క పుత్రిక సంజనసూర్యదేవుని వివాహం చేసుకుంది. ఆవిడ సూర్యని వేడిని తట్టుకో లేక తన నీడ (ఛాయ) ను సూర్యనికి భార్యగా పంపించింది అని వివరించారు; తమిశ్రహ్ = చీకటిని ప్రాలద్రోలేవాడు. సూర్యుడు; కర్మసాక్షి: = కర్మ + సాక్షి: = ముందు జన్మల క్రియలు + సాక్షి = ముందు జన్మల క్రియలకు సాక్షి. అన్ని జీవములకు ఆధారం ఐన సూర్యుడు కర్మసాక్షి; జగశ్చక్షు: = జగస్ + చక్షు: = విశ్వం (జగత్తు) + కళ్ళు = తన కళ్ల తో జగత్తు మీద దృష్టి సారించేవాడు సూర్యుడు; అంశుమాలి: = అంశు + మాలి: = కిరణాలు + అధిపతి = కిరణములకు అధిపతి = సూర్యుడు; త్రయాతను: = 3 + తను: = 3 + శరీరం = 3 వేదములు కలిగిన శరీరము. సూర్యుడు; ప్రద్యోతన: = మండే వేడి కలిగినవాడు. సూర్యుడు; దినమణి: = దిన + మణి: = పగలు + మణి = పగలంతా వెలిగే మణి. సూర్యుడు; ఖద్యోత: = ఆకాశం లో వెలుగు. సూర్యుడు; లోకబాంధవ: = లోక + బాంధవ: = ప్రపంచము + బంధువు = ప్రపం చమునకు బంధువు. సూర్యుడు; ఇన: = బలవంతుడు. సూర్యుడు [శ్రీ రాముడు ఇన (సూర్య వంశమునకు చెందిన రాజు) కుల వంశమునకు చెందిన వాడు]; భగ: = వృద్ధి పొందిన ప్రభువు. సూర్యుడు; ధామనిధి: = ధామ + నిధి: = నివాసం + నిధి (జ్ఞానం) = నిధి యొక్క నివాసం. సూర్యుడు; పద్మినివల్లభ: = పద్మిని + వల్లభ: = పద్మం + ప్రియుడు = సూర్యుడు (పద్మం సూర్యోదయం తో వికసించి సూర్యాస్తమయం వరకు వికసించే

ఉంటుంది. కమలం సూర్యాస్తమయం లో వికసించి సూర్యోదయం వరకు వికసించే ఉంటుంది); హరి: = సూర్యుడు;

మాతర:, పింగళ:, చండ: అనే ముగ్గురు సూర్యుని యొక్క పార్శ్వము (పక్కన) నందుడు (పారిపార్శ్వక: = పరిచారకులు) దేవతల పేర్లు;

శూరసూత: = శూర + సూత: = సూర్యుడు + సారథి = సూర్యుని సారథి; అరుణ: = అసంపూర్ణముగా జన్మించి సూర్యుని రథ సారథి గా నియమింపబడ్డాడు; అనుర: = తొడల నుండి కింది భాగము లేని వాడు సూర్యుని రథ సారథి గా నియమింపబడ్డాడు; కాశ్యపి: = సూర్యుని రథ సారథి; గరుడాగ్రజ: = గరుడ + అగ్రజ: = గరుడ + పెద్దవాడు = గరుడుని అన్న = సూర్యుని రథ సారథి; పరివేష: = సూర్యుని చుట్టూ ఉండే వలయం; పరిధి: = సూర్యుని చుట్టు కొలత; ఉపసూర్యకమ్ = సూర్యుని చుట్టూ ఉండే వృత్తం; మండలం = సూర్యుని వృత్తం;

113, 114, 115 శ్లోకములు

లిప్యంతీకరణ;

కిరణోస్రమయూఖాంశుగభస్తిఘృణిరశ్మయ:

భాను: కరో మరీచి: స్త్రిపుంసయోర్దీధితి: స్త్రియామ్॥

స్యూ: ప్రభారుగ్రుచిస్త్విడ్బాభాశ్చవిధ్యుతిదీప్తయ:

రోచి: శోచిరుభే క్లీట ప్రకాషోధ్యోత ఆతప:॥

కోష్ణం కవోష్ణం మందోష్ణం కదుష్ణం త్రిషు తద్వతి

తిగ్మం తీక్ష్ణం ఖరం తద్వంమృగతృష్ణా మరీచికా॥

ప్రతిపదార్థం;

కిరణ: = సూర్య కిరణం; ఉస్ర: = సూర్య కిరణం; మయూఖ: = సూర్య కిరణం; అంశు: = సూర్య కిరణం; గభస్తి: = సూర్య కిరణం; అస్మాయి: = సూర్య కిరణం; భాను: = సూర్య కిరణం; కర: = సూర్య కిరణం; మరీచి: = సూర్య కిరణం; దీధితి: = సూర్య కిరణం;

స్యు: = సూర్య కాంతి; ప్రభా = ప్రకాశించే సూర్య కాంతి; రుక్ = ఎక్కువ సూర్య కాంతి; రుచి: = ఎక్కువ ప్రకాశవంతమైన సూర్య కాంతి; ట్విట్ = సూర్య కాంతి; భా: = సూర్య కాంతి; చవి: = సూర్య కాంతి; ద్యుతి: = సూర్య కాంతి; దీప్తి: = సూర్య కాంతి; రోచి: = సూర్య కాంతి; శోచి: = సూర్య కాంతి (మిణుగురు);

ప్రకాశ: = సూర్య రశ్మి; ద్యోత: = సూర్య రశ్మి; ఆతప: = సూర్య రశ్మి;

కొష్ణమ్ = ఒక మోస్తరు వేడి; కవోష్ణమ్ = గోరువెచ్చన; మందోష్ణమ్ = మంద + ఉష్ణమ్ = తక్కువ + వేడి = గోరువెచ్చన; కదుష్ణమ్ = గోరువెచ్చన;

తిగ్మమ్ = ఎక్కువ వేడి; తీక్ష్మమ్ = ఎక్కువ వేడి;

మృగతృష్ణా = ఎండమావులు; మరీచికా = ఎండమావులు;

116, 117, 118 శ్లోకములు

లిప్యంతీకరణ;

కాలో దిష్టో'ప్యనేహోపి సమయో'ప్యథ పక్షతి:

ప్రతిపద్ ద్వే ఇమే స్త్రిత్వే తదా"ధ్యాస్థితయో ద్వయో: ॥

ఘస్రో దినా'హానీ వా తు క్లీబే దివసవాసరౌ

ప్రత్యషో'హార్ముఖం కల్యముష:ప్రత్యుషసీ అపి ॥

వ్యుష్టం విభాతం ద్వే క్లీబే పుంసి గోసర్గ ఇష్యతే

ప్రభాతం త దినాంతే తు సాయం సంధ్యా పితృప్రసూ: ॥

ప్రతిపదార్థం;

కాల: = సమయం; దిష్ట: = సమయం; అనేహోస్ = సమయం; సమయ: = సమయం;

పక్షతి: = మొదటి చాంద్రమాన రోజు; ప్రతిపద్ = పాడ్యమి; ఘస్ర: = రోజు; దినమ్ = రోజు; ఆహ: (ఆహన్) = రోజు; దివస: = రోజు; వాసర: = రోజు;

ప్రత్యూష: = తెల్లవారు సమయం (సుమారుగా 4.30 − 5.00 ఉదయం); అహార్ముఖమ్ = తెల్లవారు సమయం; కల్యమ్ = తెల్లవారు సమయం; ఉష: = తెల్లవారు సమయం; ప్రభాతమ్ = సూర్యదయం; ప్రత్యూష (స్) = సూర్యోదయం; వ్యుస్తమ్ =

సూర్యోదయం; విభాతమ్ = సూర్యోదయం; సర్గ: = సూర్యోదయం; దినాన్త: = దిన + అంతం = పగలు అయిపోవుట. సాయంత్రం; సాయ: = సాయంత్రం; సంధ్య: = సాయంత్రం (గో ధూళి సమయం); పిత్రృప్రసూ: = సంధ్య;

119, 120,
121, 122, 123 శ్లోకములు

లిప్యంతీకరణ;

ప్రాహ్ణోప్రరాహ్ణమధ్యాహ్నస్త్రిసంధ్యమథ శర్వరీ

నిషా నిశీథినీ రాత్రి స్త్రియామా క్షణదా క్షపా॥

విభావరీతమస్విన్న్యోరజనీ యామినీ తమీ

తమిస్రా తామసీ రాత్రిర్జ్యోత్స్న చంద్రికయా'న్వితా॥

ఆగామివర్త్మ నార్వయుక్తాయాం నిశి పక్షిణి

గణరాత్రం నిశా భహ్వాయ: ప్రదోషోరాజనీముఖం॥

అర్ధరాత్రనిశీథౌ ద్వౌ ద్వౌయామప్రహరౌ సమౌ

స పర్వసంధి: ప్రతిపత్పంచదశ్యోర్యదంతరమ్॥

పక్షాంతౌ పంచదశ్యౌ ద్వే పూర్ణమాసీతు పౌర్ణిమా

కళాహీనో సా'నుమతి: పూర్ణే రాకా నిశాకరే॥

ప్రతిపదార్థం;

ప్రాహ్ణో: = పగలు (సూర్యోదయం నుంచి మధ్యాహ్నం 12 గంటల

వరకు); పరాహ్ణా: = మధ్యాహ్నం 2 గంటల నుంచి సాయంత్రం

వరకు; మధ్యాహ్నం = 12 నుండి 2 గంటల వరకు; త్రిసంధ్యం = ప్రొద్దుట, మధ్యాహ్నం, సాయంత్రం;

శర్వరీ = రాత్రి; నిశా = రాత్రి; నిశీథినీ = రాత్రి; రాత్రి: = రాత్రి; త్రియామా = మధ్య రాత్రి; క్షణదా = రాత్రి; క్షపా = రాత్రి; విభావరీ = రాత్రి; తమస్వినీ = రాత్రి; రజనీ = రజని: = రాత్రి; యామినీ = రాత్రి; తమా = రాత్రి;

తమిస్రా = చీకటి రాత్రి; తామసీ రాత్రి = గాఢాంధకారమైన చీకటి గల రాత్రి;

జ్యోత్స్న = వెన్నెల కలిగిన రాత్రి; చంద్రికయాన్విత = చంద్రిక + అన్విత = వెన్నెల రాత్రి + పూర్తిగా = పూర్తిగా వెన్నెల రాత్రి;

పక్షిణీ = ఆగామివర్తమానాహర్యుక్తాయాం నిశి = ఆగామి + వర్తమాన + హర్యుక్తాం నిశి = వచ్చేది + ఉన్నది + పగళ్ళ మధ్య రాత్రి = రెండు పగళ్ళు మరియు వాటి మధ్య రాత్రి;

గణరాత్రమ్ = వరుసలో వున్న రాత్రులు; నిశా: = చాలా రాత్రులు; టహ్వ: = చాలా రాత్రులు;

ప్రదోష: = రాత్రి యొక్క ప్రారంభం; రజనీముఖమ్ = రజనీ + ముఖం = రాత్రి + ప్రారంభమ్ = రాత్రి యొక్క ప్రారంభం;

అర్ధరాత్ర: = మధ్య రాత్రి; నిశీధ: = మధ్య రాత్రి;

యామ: = రాత్రి 3 గంటల సమయము (రోజులో ఎప్పుడైనా 3 గంటల సమయం); ప్రహోర: = రాత్రి 3 గంటల సమయము;

పర్వసంధి: = ప్రతిపత్పంచదశ్యోర్యదంతరమ్ = పంచదశ (15 వ రోజు అమావాస్య లేక పౌర్ణమి) కు ప్రతిపత్ (కృష్ణ పక్షము లేక శుక్ల

పక్షం) యొక్క మొదటి రోజైన పాడ్యమికి ఉండే అంతరం = పౌర్ణమి లేక అమావాస్య నుండి పాడ్యమి వరకు ఉండు అంతరం;

పక్షాంత: = పక్ష + అంత = 15 రోజులు + చివర = పౌర్ణమి లేక అమావాస్య; పంచదశీ = అమావాస్య లేక పౌర్ణమి;

124, 125, 126, 127,128 శ్లోకములు

లిప్యంతీకరణ;

అమావాస్య త్వమావస్యా దర్శ: సూర్యేన్దుసంగమ

సా దృశ్యెందు: సినీవాలీ సా నశ్యెందు కళా కుహు:॥

ఉపరాగోగ్రహీరాహుగ్రస్తెత్వన్దౌ చ పూష్టి చ

నోపప్లవోపరక్తాద్వ్యె అజ్జ్యత్వా తఉపాహిత॥

ఏకయోక్త్యాషుష్పవన్తౌదివాకరనిశాకరౌ

అష్టాదశా నిమేషాస్తూకాష్టాత్రిశంత్ తు తా: కళా॥

తాస్తుత్రిశంత్క్షణస్తె తు ముహూర్తోద్వాదశాస్త్రియామ్

తే తు త్రింశదహోరాత్ర: పక్షస్తెదశపంచ చ॥

పక్షౌపూర్వాపరౌశుక్లకృష్ణామాసస్తుతావుభౌ

ద్వౌద్వౌమార్గాదిమాసాస్యాద్రుతుస్తైరయనమ్త్రిభి:॥

ప్రతిపదార్థం;

అమావాస్య = అమావస్యా = చంద్రుడు పూర్తిగా కనిపించని రోజు;
సూర్యేన్దు-సంగమ: = సూర్య + ఇందు + సంగమ: = సూర్యుడు
+ చంద్రుడు + సంగమం = సూర్యుడు, చంద్రుడు కలిసిన రోజు =
అమావాస్య;

సినీవాలీ దృశ్యేందు సా = అమావాస్య తరువాత వచ్చే రోజు, పాడ్యమి (కని, కనిపించనట్టు ఉండే చంద్రుడు); కుహు: (చంద్రుడు) నశ్యేందుకలా (కళ కనిపించని) సా = చంద్రుడు కొద్దిగా కూడా కనిపించని రోజు;

ఉపరాగ: = గ్రహణం; గ్రహ: = గ్రహణం; రాహుగ్రస్త: = రాహు + గ్రస్త: = రాహువు పట్టుకున్నవాడు; ఇందు = చంద్రుడు; పుష్ణి = సూర్యుడు; నోపప్లవోపరక్తాద్వా = గ్రహణం పట్టిన రెండు గ్రహములు. సూర్యుడు, చంద్రుడు;

అగ్న్యుత్పాత: = అగ్ని: + ఉత్పాత: = అగ్ని గోళం + ఎగురుట = ఉల్క; ఉపాహిత: = ఉల్క;

పుష్పవంత: = పుష్పవంతుడు అనే గంధర్వుడు శివమహిమ స్తోత్రములో సూర్యుడు, చంద్రుడు [దివాకర: = సూర్యుడు, నిశాకర: = చంద్రుడు] శివుని రథచక్రములులని ఒకే పదముతో (ఏక) వివరించెను (ఉక్తా);

అష్టాదశనిమేషా: = అష్ట + దశ + నిమేషా: = 18 కను రెప్ప పాటు కాలం (నిమేషా = రెప్పపాటు కాలం), 18 నిమేషములు ఒక కాష్టము; త్రింశతు తు తా: కలా = 3 10 = 30 అవి (కాష్టములు) 1 కలా;

తా: త్రింశతు = ఆ కళలు 30 = 1 క్షణం (1 క్షణం = 4 నిముషములు; ముహూర్త: తే (అట్టి క్షణములు) ద్వాదశా (12) = 12 క్షణములు ముహూర్తము అనటడును (ముహూర్తం = 48 నిముషములు);

తే తు త్రింశత్ అహోరాత్ర: = అట్టి 30 ముహూర్తములు ఒక అహోరాత్రం (24 గంటలు);

తే దశపంచ: = తే (దశ + పంచ) = 10 + 5 = 15; పక్ష: = అట్టి 15 రోజులు ఒక పక్షం అనబడును;

పూర్వపక్షం = మొదటి 15 రోజులు = శుక్ల పక్షం; అపర పక్ష = రెండవ 15 రోజులు = కృష్ణ పక్షం; తౌ ఉభౌ మాస: = ఆ రెండు పక్షములు కలిపి మాసము అనే పేరుతో పిలవబడును; ద్వౌద్వౌమాఘాదిమాసౌ = మాఘ మాసం మొదలు ప్రతి రెండు నెలలని ఋతువు అంటారు.

త్రై: త్రిభి: = అట్టి 3 ఋతువులు (6 నెలలు) కలిగిన ఆయనంఅనబడును;

129 శ్లోకం

లిప్యంతీకరణ;

ఆయనే ద్వేగతిరుద్ధక్షిణా'ర్క్సస్య వత్సర:

సమరాత్రిదిపే కాలే విషువద్విషువం చ తత్ ॥

ప్రతిపదార్థం;

ఆయనే ద్వే = ద్వే (2) ఆయన (6 నెలలు) = 12 నెలలు = 1 సంవత్సరం.

గతిరుద్ధక్షిణా'ర్క్సస్య = గతిరుగ్ + దక్షిణ + ఆర్క = సంచారము + దక్షిణం + సూర్యుడు = సూర్యుడు దక్షిణపు దిక్కున సంచారము చేయుట. సూర్యుడు దక్షిణము నుండి ఉత్తరమునకు (6 నెలలు), ఉత్తరము నుంచి దక్షిణమునకు ప్రయాణము చేయుటకు (6 నెలలు) మొత్తము సంవత్సరం పట్టును. హిందూ పురాణ శాస్త్రం లో సూర్యుడు మకరరాశి లో ఏ రోజు ప్రవేశిస్తే ఆ రోజు మకరసంక్రాంతి [ఆంగ్లేయ పంచగమ్ దృష్ట్యా జనవరి (13, 14, 15) తేదీలలో] పండుగ జరుపుతారు, ఆ రోజున ఉత్తరాయణం మొదలవుతుంది. అప్పుడు సూర్యుడు మకర రేఖ నుండి కర్కాట రేఖ (దక్షిణం నుండి ఉత్తరం వైపు) 6 నెలలు ప్రయాణం చేస్తాడు. ఈ సమయమును దేవతల పగలు గా నిర్ణయించడమైనది, అందువలన శుభప్రదమైనది. మిగిలిన 6 నెలలు (దక్షిణాయనం) సూర్యుడు తిరిగి కర్కాట రేఖ నుంచి మకర రేఖ (ఉత్తరము

నుంచి దక్షిణమునకు) ప్రయాణం చేస్తాడు. ఈ సమయమును దేవతల రాత్రి గా నిర్ణయించారు. ఉత్తరాయణం లో జ్ఞానోదయం కలుగుతుంది అని, దక్షిణాయనం లో పవిత్రత కలుగుతుంది అని పురాణాలలో పేర్కొనబడ్డది. మహాభారతానికి మూలపురుషుడు అయిన భీష్మ పితామహుడు శంతన మహారాజుకి, గంగా దేవికి జన్మించిన అష్టమ పుత్రుడు (అష్టవసువులలో 8 వ వాడు వశిష్ట మహాముని యొక్క కామధేనువుని దొంగిలించినందువలన భూలోకం లో ఎక్కువ కాలం జీవించవలసి ఉంటుందని ముని శపించాడు). శంతన మహారాజు దాశరాజు పుత్రిక ఐన సత్యవతి (వ్యాసమహర్షి తల్లి సత్యవతి, తండ్రి పరాశర మహర్షి) వివాహమాడదలంచగా, దేవవ్రతుడు (భీష్ముని మొదటి పేరు) ఆ వివాహమునకు అంగీకరించగ, శంతనుడు భీష్మునకు స్వచ్ఛంద మరణం (ఇష్టం అయినప్పుడు మరణం) ప్రసాదించెను. దాశరాజు కోరిక మేరకు సత్యవతి కి జన్మించిన పుత్రుడే రాజు అవుతాడని, దేవవ్రతుడు ఎప్పటికీ వివాహం చేసుకోనని, బ్రహ్మచారి గా ఉంటానని భీష్మించి, భీష్ముడు గా పేరు పొందాడు. కురుక్షేత్ర యుద్ధం లో 10 వ రోజున భీష్ముడు రథం లో పడిపోయాక అంపశయ్య (అంప + శయ్య = బాణములు + శయ్య) పైన ఉత్తరాయణం లో మాఘ శుద్ధ ఏకాదశి వరకు శయనించి స్వచ్ఛంద మరణం పొందారు.

సమా (స్) = సమముగా; రాత్రి: = రాత్రి; దివస్ = పగలు మొత్తం; కాలమ్ = సమయ పరిమితి; విషువత్ = పగలు, రాత్రి సమయపరిమితి సుమారుగా సమానంగా ఉంటుంది (Equinox). ఎప్పుడైతేభూమధ్య రేఖ సూర్యుని కేంద్రబిందువు ద్వారా ప్రయాణం చేస్తుందో ఆ క్షణమును Equinox అంటారు.

అవి సంవత్సరం లో రెండు మార్లు 20 మార్చి, 23 సెప్టెంబర్ (తేదీలు మా రవచ్చు) న సంభవిస్తాయి. The word equinox is derived from Latin name AEQUINOCTIUM from aquus (equal) and (night):

130, 131, 132, 133 శ్లోకములు

లిప్యంతీకరణ;

పుష్యయుక్తాపౌర్ణమాసిపౌషి మాసే సు యత్ర సా

నామ్నా స పౌషో మాఘా"ధ్యశ్చైవమేకాదపొ'పరే॥

మార్గశీర్షే సహో మార్గ ఆగ్రహోయణికశ్చ స:

పౌష తైష సహస్యా ద్వా తపా మాఘు'థ ఫాల్గునే॥

స్యాత్తపస్య: ఫల్గుణిక: స్యాచ్చైత్ర చైత్రికో మధు:

వైశాఖే మాధవో రాధో జ్యేష్టి శుక్ర: శుచిస్త్వయమ్॥

ప్రతిపదార్థం;

పుష్యయుక్తాపౌర్ణమాసిపౌషి = పుష్యమీ నక్షత్రం తో కూడిన పౌర్ణమిని పౌషి అంటారు; మాసే తు యత్ర సా నామ్నా స పౌష = ఏ మాసములో ఐతే పౌషి వస్తుందో, ఆ మాసమును పౌష అంటారు; మాఘా"ధ్యశ్చైవమేకాదాశా'పరే = మాఘు మాసం తో కలిసి మిగిలిన 11 నెలలు (ఏకాదశ) అనుసరిస్తాయి;

మార్గశీర్ష: = మార్గశిర మాసం; సహో: లేక సహస్ = వేద గ్రంథము లో ధను (ధనుర్మాసం) ను సహస్ అంటారు; ధనుర్మాసం డిసెంబర్ మాసం మధ్య నుంచి జనవరి సంక్రాంతి తో ముగిస్తుంది. తమిళనాడు లో ఈ మాసం ను మార్గళిఅంటారు, దీనినే మార్గశిర మాసం అంటారు. ధను యొక్క సూర్య మాసం ధను యొక్క చంద్ర మాసం

మీద పడుతుంది. ఈ మాసం వైష్ణవులకు శుభప్రదం. ఈ మాసం లో భౌతికమైన కార్యక్రమములు (పెళ్ళిళ్లు మొదలగునవి) జరగవు. శ్రీ కృష్ణ భగవానుడు మార్గశిర మాసం లోనె ఉంటానని భగవద్గీతలో తెలియచేయడంవలన, వైష్ణవులు ఆ మాసం అంతా భగవంతుని సేవ చేస్తూ ఉంటారు; మార్గ: = మార్గశిర మాసం; ఆగ్రహాయాణిక = హిందూ పంచగమ్ ప్రకారం 9 మాసం ఐన మార్గశిర మాసం ను ఆగ్రహాయాణి అంటారు;

పౌష: = పుష్యమి; త్రైష: = పుష్యమి; సహస్య: = పుష్యమి; పుష్యమి హిందూ పంచగమ్ లో 10 వ మాసం;

తపా: (తపస్) = వేద గ్రంథం లో మాఘు మాసం ను తపా అంటారు; మాఘు: = మాఘు మాసం. ఈ మాసం హిందూ పంచగమ్ లో 11 వ మాసం;

ఫాల్గుణ: = ఫాల్గుణ మాసం; తపస్య: = వేద గ్రంథం లో ఫాల్గుణ మాసం ను తపస్య అంటారు; ఫాల్గుణిక: = ఫాల్గుణ మాసం, ఈ మాసం హిందూ పంచగమ్ లో 12 వ మాసం;

చైత్ర: = చైత్రిక = చైత్ర మాసం, ఈ మాసం హిందూ పంచగమ్ లో మొదటి మాసం; మధు: = వేద గ్రంథం లో చైత్ర మాసం ను మధు అంటారు;

వైశాఖి: = వైశాఖు మాసం; మాధవ: = వైశాఖు మాసం; రాధ: = వైశాఖు మాసం లో శ్రీ కృష్ణుని "రాధాకృష్ణ" మంత్రం తో పూజించుట వలన ఈ మాసం రాధ అనే పేరుతో ప్రాముఖ్యత సంపాదించుకుంది; ఈ మాసం హిందూ పంచగమ్ లో 2 మాసం;

జ్యేష్ట: = జ్యేష్ట మాసం; శుక్ర: = వేద గ్రంథం లో జ్యేష్ట ను శుక్రఅంటారు; ఈ మాసం ను హిందూ పంచాంగం లో 3 మాసం;

134, 135, 136, 137, 138 శ్లోకములు

లిప్యంతీకరణ;

ఆషాఢే శ్రావణే తు స్యాన్నభా: శ్రావణికశ్చ స:

స్యుర్న భస్యప్రోష్ఠపదభాద్రభాద్రపదా: సమా॥

స్యాదాశ్వినఇశో'ప్యాశ్వ'యుజోపిస్యాత్తుకార్తికే

బాహులర్ఘైకార్తికో హేమంత: శిశిరోస్త్రియామ్॥

వసంతే పుష్పసమయ: సురభిగ్రీష్మఉష్మక:

నిదాఘఉష్ణోపఘుమ ఉష్ణ ఉష్మాగమస్తప:॥

స్త్రియామ్ ప్రావృట్ స్త్రియామ్ భూమ్ని వర్షా అథ శరస్త్రియామ్

షడ్మ్ఋుతవ: పుంసిమార్గదినామ్యుగై: క్రమాత్॥

సంవత్సరో వత్సరోబ్దో హాయనోస్త్రీ శరత్సమా:

మాసేన స్యాదహోరాత్ర: పైత్రో వర్ణేన దేవత:॥

ప్రతిపదార్థం;

శుచి: = వేద గ్రంథములలో ఆషాఢమును శుచి అంటారు;

ఆషాఢ: = ఆషాఢ మాసం; హిందూ పంచగమ్ లో ఈ మాసం 4

వ మాసం;

శ్రావణ: = శ్రావణిక: = శ్రావణ మాసం; నభ: = వేద గ్రంథముల లో శ్రావణ మాసం ను నభ అంటారు; హిందూ పంచాంగం లో ఈ మాసం 5 వ మాసం;

నభస్య: = వేద గ్రంథాల లో భాద్రపదమును నభస్య అంటారు; పౌష్టపద: = భాద్ర: = భాద్రపద: = భాద్రపద మాసం; హిందూ పంచగమే లో ఈ మాసం 6 వ మాసం;

ఆశ్విన: = అశ్విని నక్షత్రం ఆశ్వయుజ పౌర్ణమి కి దగ్గరగా ఉండుట వలన ఆశ్వయుజ మాసమును ఆశ్విన అని అంటారు; ఇష: = వేద గ్రంథాల లో ఆశ్వయుజ మాసం ను ఇష అంటారు; ఆశ్వయుజ: = ఆశ్వయుజ మాసం;

హిందూ పంచాంగం లో ఈ మాసం 7 వ మాసం;

కార్తిక: = బాహుల: = కార్తికిక: = కార్తిక మాసం; ఈ మాసం శ్రీకృష్ణునికి ఇష్టమైనది అని పద్మ పురాణం పేర్కొంది. ఈ మాసం భగవంతుని వివిధమైన రూపముల యొక్క నామములను జపించుట, ధ్యానము ద్వారా ఆత్మను మేలుకొలుపుట, ఉపవాసం చేయుట మొదలగు వాటికి శుభప్రదం.

ఊర్జ: = వేద గ్రంథముల లో కార్తిక మాసం ను ఊర్జ అంటారు; ఈ మాసం హిందూ పంచగమే లో 8 వ మాసం.

ఋతువులు అన్నీ సమ రాత్రి మీద ఆధారపడి ఉంటాయి. ఋతువులు 6; హేమంత: = హేమంత ఋతువు = శీతాకాలం ముందు(మార్గశిరం / పుష్యం); శిశిర: = శీతాకాలం (మాఘం / ఫాల్గుణం);

వసంత: = వసంత ఋతువు (చైత్రం /వైశాఖం); పుష్పమయ: = పుష్పములు ఎక్కువగా లభించు కాలం; సురభి: = వసంత

కాలం; గ్రీష్మ: = వేడి కాలం (జ్యేష్టం/ఆషాడం); ఉష్ముక: = ఎండా కాలం; నిదాఘు: = ఎండాకాలం; ఉష్లోపగమ: = ఉష్ణ + ఉపాగమ = వేడి + ప్రవేశం = ఎండా కాలం; ఉష్ణ: = వేడి; ఊష్మాగమ: = ఉష్మ + ఆగమ: = వేడి + ప్రవేశం = ఎండా కాలం; తప: = వేడి;

ప్రావృట్ = వర్ష ఋతువు; వర్ష: = వర్ష కాలం (శ్రావణం / భాద్రపదం);

శరత్ = శరద్ ఋతువు (ఆశ్వయుజం / కార్తీకం); షడమిఋతవ = ఈ 6 ఋతువులు; మార్గదీనామ్యుగ్గై: క్రమాత్ = మార్గశిర మాసం నుండి ప్రతి రెండు నెలలు క్రమముగా వస్తాయి.

సంవత్సర: వత్సర: = ఋగ్ వేదం, మరి కొన్ని పురాతన సంస్కృత గ్రంథముల లో వత్సర మనగ 5, 6 సంవత్సర కాలం లో 5 వ సంవత్సర ముగాను, 6 వ సంవత్సర కాలం లో 6 వ సంవత్సరమని వివరించారు; అబ్ద: = సంవత్సరం; హాయన: = సంవత్సరం; శరత్ (శరద్) = సంవత్సరం; సమా: = సంవత్సరం;

పైత్ర: దేవత: = పిత్ర దేవతలు; వర్ష: = రోజు; మాసేనస్యాదహోరాత్ర: = మానవుల 1 మాసం పిత్రదేవతలకు అహోరాత్రం (24 గంటలు = ఒక రోజు);

139 శ్లోకం

లిప్యంతీకరణ;

దివ్యైవర్షసహస్రైద్వాదశభిర్దైవతమ్ యుగం

దైవేయుగసహస్రేద్వేబ్రాహ్మ: కల్పా తు తౌ న్నృణామ్

మన్వంతరం తు దివ్యానామ్యుగానామేకసప్తతి:॥

ప్రతిపదార్థం;

మానవుల ఒక సంవత్సరం [ఉత్తరాయణం (పగలు), దక్షిణాయనం(రాత్రి)] దేవతలకు ఒక రోజు (అహోరాత్రం = 24 గంటలు). దేవతలకు వారి 360 రోజులు కలిపి దేవతల ఒక సంవత్సరం ఏర్పడుతుంది.

దివ్యవర్షాసహస్రైర్ద్వాదశభిర్దైవతమ్ యుగం = సహస్రైద్వాదశ + దివ్య + వర్ష + దైవతం + యుగం = 12000 + దేవత + సంవత్సరం + దేవత + యుగం = 12000 దేవత సంవత్సరములు కలిపి ఒక దేవత యుగము ఏర్పడుతుంది;

దైవేయుగసహస్రే దేవ బ్రాహ్మ: = దైవ + ద్వే సహస్ర + బ్రాహ్మ = దేవతల + 2000 (2 × 1000) + బ్రాహ్మ = దేవతల 2000 సంవత్సరములు బ్రహ్మ కు ఒక రోజు;

కల్పా (కల్పములు) తు తౌ (ఆ అహోరాత్రములు) న్నృణామ్ (మానవులు) = బ్రహ్మ యొక్క ఆ అహోరాత్రములు మానవులకు

రెండు కల్పములు. మొదటిది దయ కల్పం (బ్రహ్మ పగలు), రెండవది క్షయ కల్పం (బ్రహ్మ రాత్రి);

మన్వంతరం తు దివ్యానామ్యుగానామేకసప్తతిహి: = దివ్యానామ్యుగానామ్ + ఏకసప్తతి: + మన్వంతరం = దేవతల యుగములు + ఏక (1) + సప్తతి: (70) + మన్వంతరం = దేవతల యుగములు + 71 + మన్వంతరం = దేవతల యుగములు (1 మహాయుగం) వంటివి 71 కలిగిన ఒక మన్వంతరం అనిచెప్పుటడును. పురాణములు కల్పము అనగా 1000 మహా యుగములు [4.32 బిలియన్ (100 కోట్లు) మానవ సంవత్సరాలు) అనివివరించేను. ప్రతి కల్పము 14 మన్వంతరములుగా విభజింపబడేను, ఒక్కొక్క మన్వంతరము యొక్క కాలం 71 మహాయుగములు (306, 720, 000 సంవత్సరములు). ప్రతి మహాయుగమునకు ముందు తరువాత వచ్చు కాలం (సంధ్య, సంధ్యంష్) కృతయుగం కాలం (1, 728, 000 సం = 0.4 మహాయుగములు). బ్రహ్మ పగలు = కల్పము + సంధ్య = 71×14 + 0.4 ×15 = 994 + 6 = 1000 మహాయుగములు వీటిని సుమారుగా 72 మహాయుగములు అనుకోవచ్చు. బ్రహ్మ యొక్క మాసం 30 రోజులు అనగా 268.2 బిలియన్ సం. బ్రహ్మ సంవత్సరం (12 నెలలు) నకు 360 రోజులు ఉంటాయి అని మహాభారతం పేర్కొంది. బ్రహ్మ యొక్క 100 సంవత్సరాలు విశ్వం యొక్క కాలం.

140, 141 శ్లోకములు

లిప్యంతీకరణ;

సంవర్త: ప్రళయ: కల్ప: క్షయ: కల్పాంత ఇత్యపి

అస్తి పంకం పుమాన్పాప్మ పాపం కిల్బిషకల్మషం ॥

కలుషమ్పృజినైనో'ఘమంహో దురితదుష్కృతం

స్యాద్ధర్మస్త్రియామ్పుణ్యశ్రేయసీ సుకృతం వృష: ॥

ప్రతిపదార్థం;

సంవర్త: = ప్రపంచ నాశనం; ప్రళయమ్ = వినాశనం; కల్ప: = బ్రహ్మ యొక్క పగలు లేక రాత్రి; క్షయ: = నాశనం; కల్పాంత = కల్పం అంతమగుట;

పంకం = పాపం; పాప్మ = పాపం; పాపం = పాపం; కిల్బిశమ్ = పాపం; కల్మషం = పాపం; వృజినమ్ = పాపం; ఎనస్ = పాపం; అఘామ్ = పాపం; అంహస్ = పాపం; దురితామ్ = పాపం; దుష్కృతామ్ = పాపం;

ధర్మమ్ = సుగుణం; పుణ్యమ్ = ధర్కం; శ్రేయ: = సంపన్నం; సుకృతమ్ = ధర్కం; వృష: = ధర్కం;

142, 143, 144, 145 శ్లోకములు

లిప్యంతీకరణ;

ముత్ప్రీతి: ప్రమోదో హర్ష: ప్రమోదా"మోదసమ్మదా:

శ్యాదానందతురానంద: శర్మశాతసుఖానిచ ॥

శ్వ:శ్రేయసం శివం భద్రం కళ్యాణం మంగళం శుభం

భావుకమ్ భవికం భవ్యం కుశలం క్షేమమస్త్రియామ్ ॥

మతల్లికా మాచర్చికాప్రకాండముద్ధతల్లజౌ

ప్రశస్తవాచకాన్యమూన్యయ: శుభా"వహో విధి: ॥

దైవం దిష్టం భాగధేయం భాగ్యం స్త్రి నియతిర్విధి:

హేతుర్నా కారణం బీజం నిదానమ్ త్వాదికారణం ॥

ప్రతిపదార్థం;

ముత్ (ముద్) = ఆనందం, సంతోషం; ప్రీతి: = ఆనందం; ప్రమద:
= ఆనందం; హర్ష: = ఆనందం; ప్రమోద: = ఆనందం; ఆమోద: =
ఆనందం; సమ్మోద: = ఆనందం; ఆనందాతు: = సంతోషముగా;
ఆనంద: = సంతోషం; శర్మన్ = ఆనందం; శాతమ్ (సాతమ్) =
సంతోషం; సుఖమ్ = సంతోషం;

శ్వ:శ్రేయసమ్ = శుభకరమైన; శివమ్ = దయ; భద్రం =
సంపన్నం; కళ్యాణం = సంతోషం; మంగళం = శుభప్రదం;

శుభం = శుభకరమైనది; భావుకమ్ = శుభకరమ్; భవికమ్ = సంతోషం; భవ్యమ్ = ఆనందం; కుశలమ్ = సంతోషం; క్షేమమ్ = సౌకర్యవంతం; శస్తమ్ = ప్రశాంతం;

మతల్లికా = సంబంధిత విభాగం లో శ్రేష్టమైనది; మచ్చర్చికా = అద్భుతం; ప్రకాండమ్ = భళా, శ్రేష్టం; ఉద్గాద్ధ: = ఉత్తమమైనది, శ్రేష్టమైనది; తల్లజ: = శ్రేష్టం;

దైవం = విధి; దిష్టమ్ = విధి; భాగదేయ: = విధి; భాగ్యం = అదృష్టం; నియతి: = గతి, వీధి, గమ్యం; విధి: = గతి; ప్రశస్తవాచకాన్యమున్యయ: శుభా"వహో విధి: = ఇవి అన్నీ మంచి, చెడు కార్యముల యొక్క నామములు;

హేతు: = కారణం; కారణమ్ = ఫలితం కలిగించేది; బీజమ్ = మూలం; నిదానమ్ = మూల కారణం; ఆదికారణమ్ = మొదటి కారణం;

146, 147, 148 శ్లోకములు

లిప్యంతీకరణ;

క్షేత్రజ్ఞ ఆత్మ పురుష: ప్రధానం ప్రకృతి: స్త్రియామ్

విశేష: కాలికోఽవస్థాగుణా: సత్వం రాజస్తమ: ‖

జనుర్జననజన్మాని జనిరుత్పత్తిరుద్భవ:

ప్రాణితు తు చేతనో జన్మీ జంతుజన్ముశరీరిణ: ‖

జాతిర్జాతమ్ సామాన్యం వ్యక్తిస్తు పృథగాత్మత

చిత్తం తు చేతో హృదయం స్వాంతం హృన్మానసమ్ మన: ‖

ప్రతిపదార్థం;

క్షేత్రజ్ఞ: = ఆధ్యాత్మికత, ఆత్మ యొక్క స్వభావం; ఆత్మన్ = ఆత్మ; పురుష: = విశ్వం యొక్క సహజ మూలం;

ప్రధానమ్ = ప్రముఖమైనది; ప్రకృతి: = ప్రాథమికమైనది;

విశేష: కాలికోఽవస్థా = మానవ దేహం యొక్క గుణములు; గుణా: = గుణములు; సత్యమ్ = సత్వ గుణం (మంచి గుణం); రజ: = కోరికలు; తమస్ = చెడు గుణం (అంధకారం);

జను: = పుట్టుక; జననమ్ = పుట్టుక; జన్మన్ = పుట్టుక; జని: = పుట్టుక; ఉత్పత్తి: = పుట్టుక; ఉద్భవ: = పుట్టుక;

ప్రాణిన్ = మనుష్యులు, జంతువులు (ప్రాణులు); చేతన: = జీవించి ఉండుట; జన్మిన్ = మానవులు, జంతువులు; జంతు: = జంతువు; జన్యు: = జంతువు; శరీరిన్ = శరీరం కలిగినవి (మానవులు, జంతువులు);

జాతి: = మానవుల, జంతువుల యొక్క జాతులు; జాతమ్ = ఒకే వంశమునకు చెందినవారు; సామాన్యమ్ = మానవులకు, జంతువులకు సమానముగా ఉండుట;

పృథగాత్మతా = ప్రత్యేక అస్తిత్వం; చిత్తమ్ = మనస్సు; చేత: = మనస్సు; హృదయమ్ = మనస్సు; స్వాంతమ్ = మనస్సు; హృద్ = హృదయం; మానసమ్ = మనస్సు; మన: = మనస్సు;

149, 150, 151, 152 శ్లోకములు

లిప్యంతీకరణ;

బుద్ధిర్మనీషా ధిషణా ధీ: ప్రజ్ఞా శేముషి మతి:
ప్రజ్ఞోపలబ్ధిశ్చిత్సమ్విత్ప్రతిప్రజ్ఞత్పిచేతనా: ॥

ధీర్ధారనావతీ మేఘా సంకల్ప: కర్మ మానసం
అవధానం సమాధానం ప్రణిధానమ్ తథైవ చ॥

చిత్తభోగో మనస్కారశ్చర్చా సంఖ్యా విచ్చారణా
విమర్శో భావనా చైవ వాసనా చ నిగద్యతే॥

అధ్యాహార్నతర్క ఊహో విచికిస్చా తు సంశయ:
సందేహద్వాపరో చాథ సమో నిర్ణయనిశ్చయా॥

ప్రతిపదార్థం;

బుద్ధి: = తెలివి, ప్రతిభ; మనీషా = వివేకం, తెలివి; ధీషణా = మానసిక సామర్ధ్యం; ధీ: = తెలివి, సామర్ధ్యం; ప్రజ్ఞా = తెలివి తేటలు; శేముషి = తెలివి; మతి: = తెలివి; ప్రజ్ఞా = తెలివి; ఉపలబ్ధి: = అర్థం చేసుకునే తెలివి; చిత్ = తెలివి; సంవిత్ = తెలివి; ప్రతిపద్ = తెలివి; జ్ఞప్తి: = తెలివి; చేతనా = తెలివి;

మేధా = జ్ఞాపకశక్తి; ధారణావతీ = ఏకాగ్రత కలిగినవారు; ధీ: = జ్ఞాపకశక్తి కలిగినవారు; బుద్ధి: = తెలివి;

సంకల్ప: = మంచి కార్యములు చేయాలనే మంచి ఆలోచన; మానసం కర్మ = ఉత్తేజం కలిగించే మనస్సు;

అవధానమ్ = శ్రద్ధ, ధ్యాస; సమాధానమ్ = శ్రద్ధ; ప్రణిధానమ్ = ప్రార్ధన;

చిత్తభోగ: = మనస్కార: = మంచి కార్యములు చేయాలనే స్మారకస్థితి (ఆలోచన) లో ఉండుట;

చర్చా = వాదించుట, చర్చించుట; సంఖ్యా = తర్కించుట; విచారణా = పరిశోధన;

విమర్శా = విమర్శన; భావనా = నిరూపించడం; వాసనా = నిరూపించడం;

ఆధ్యాహోర: = మధ్యలో వదిలేసిన పదమును తిరిగి తెచ్చుట; తర్క: = వాక్యలోపం; ఊహ: = తప్పిపోయిన పదమును కూర్చుట;

విచికిత్సా = సందేహం; సమస్య: = సందేహం; సందేహా: = సందేహం; ద్వాపర: = అనిశ్చితం, సందేహం;

నిర్ణయ: = నిర్ణయం; నిశ్చయ: = నిశ్చయం;

153, 154, 155 శ్లోకములు

లిప్యంతీకరణ;

మిథ్యాదృష్టిర్నాస్తికతా వ్యాపదో ద్రోహచింతనం

సమో సిద్ధాంతరాద్ధాంతో బ్రాంతిర్మిత్యామతిర్భ్రమ: ॥

సంవిదాగూ: ప్రతిజ్ఞానంనియమాశ్రవసంశ్రవా:

అంగీకారాభ్యుపగమప్రతిశ్రవసమాధయ: ॥

మొక్షేధీర్జ్ఞానమన్యత్ర విజ్ఞానం శిల్పశాస్త్రయో:

ముక్తి: కైవవనిర్వాణశ్రేయోని:శ్రేయసాంమృతం

మొక్షోపవర్గోధాజ్ఞానమవిద్యా'హమ్మతి: స్త్రియామ్ ॥

ప్రతిపదార్థం;

మిథ్యాదృష్టి: = మిథ్యా + దృష్టి: = తప్పు దృష్టి; నాస్తికతా = సాధారణ నమ్మకం పై అపనమ్మకం;

వ్యాపాద: = చెడు ఉద్దేశం; ద్రోహచింతనమ్ = చెడు ఉద్దేశం;

సిద్ధాంత: = స్థిరమైన సిద్ధాంతం; రాద్ధాంత: = స్థిరమైన ఫలితం;

బ్రాంతి: = భ్రమ; మిథ్యామతి: = మిథ్యా + మతి: = తప్పు దృష్టి; భ్రమ: = భ్రమ;

సంవిత్ (సంవిద్) = సమ్మతి; ఆగు: = సమ్మతించు; ప్రతిజ్ఞానమ్ = సమ్మతించు; నియమ: = సంప్రదాయం; ఆశ్రవ: = వాగ్దానం, నిశ్చయం; సంశ్రవ: = ఒప్పందం; అంగీకారమ్ = అంగీకరించుట; అభ్యుపగమ: = అంగీకరించుట; ప్రతిశ్రవ: = వాగ్దానం; సమాధి: = ఒప్పందం;

మోక్షమ్ = ముక్తి; జ్ఞానమ్ = ఆత్మ జ్ఞానం; మన్యత్ర విజ్ఞానం శిల్పా శాస్త్రయో: = మోక్షం కంటే వేరైన శిల్ప, చిత్ర మొదలగు కళలలో గౌరవింపబడుట;

ముక్తి: = ముక్తి; కైవల్యం = ముక్తి; నిర్యాణం = విముక్తి; శ్రేయస్ = పరమానందం; నిశ్రేయసమ్ = చిట్ట చివర పరమానందం; అమృతమ్ = పరమానందం; మోక్ష: = విముక్తి; అపవర్గ: = పరమానందం;

అజ్ఞానమ్ = అజ్ఞానం; ఆవిద్యా = అజ్ఞానం; అహమ్మతి: = అజ్ఞానం;

156, 157, 158, 159 శ్లోకములు

లిప్యంతీకరణ;

రూపం శబ్దో గంధరసస్పర్శశ్చ విషయా అమీ

గోచరా ఇంద్రియార్థశ్చ హృషీకమ్ విషయాంద్రియం ॥

కర్మేంద్రియమ్ తు పయ్యాది మనోనేత్రాదిధీంద్రియమ్

తువరస్తు కషయోస్త్రీ మధురో లవణ: కటు: ॥

తిక్తో'మ్లశ్చ రసా: పుంసి తద్వస్తు షడమీ త్రిషు

విమర్ద్యోత్తే పరిమళో గంధే జనమనోహరే ॥

ఆమోద: సోఽతి'నిర్హారీ వాచ్యలింగతత్త్వమాగుణాత్

సమాకర్షేతు నిర్హారీ సురభిప్రాణతర్పణ: ॥

ప్రతిపదార్థం;

విషయా: = ఇంద్రియ ఆనందములకు సరిపడే వస్తువు; గోచర: = ఇంద్రియముల యొక్క పరిధి; ఇంద్రియార్థా: = ఇంద్రియములకు సరిపడే వస్తువు, విషయము; రూపం = ఆకృతి (చేతన, అచేతన విషయములకు); శబ్దమ్ = శబ్దము; గంధమ్ = గంధము (వాసన ఇచ్చే పదార్థము); రసం = సువాసన, సుగంధం; స్పర్శ: = స్పృశించుట; ఇవి ఇంద్రియములకు అవసరమైనవి;

హృషీకేశమ్ = విషయిన్ = ఇంద్రియమ్ = ఇంద్రియము;

కర్మేంద్రియమ్ = కర్మలు (క్రియలు) చేసే ఇంద్రియము; పాయ్వాది = కొన్ని క్రియలు చేసే ఇంద్రియములు;

మనోనేత్రమ్ = మనస్సే మార్గదర్శి; ధీంద్రియమ్ = జ్ఞానం తెలిపే ఇంద్రియం;

తూవర: = ఆమ్లము (పులుపు, వగరు కలిపినది, ఉదా = ఉసిరికాయ); కషాయమ్ = వగరు; మధుర: = తీపి; లవణమ్ = ఉప్పు; కటు: = కారం; తిక్త: = చేదు; ఆమ్ల: = పూర్తి పులుపు (ఉదా = చింతపండు, మామిడికాయమొదలగునవి);

విమర్ద్యోత్థె(వివిధమైన విధానములతో తయారు చయటడిన) పరిమళో (సువాసనమైన) గంధే (పన్నీరు) జనమనోహరే (జనులు మెచ్చే) = జనులు మెచ్చే వివిధమైన విధానములతో చేయటడిన సువాసనమైన పన్నీరు; ఆమోద: = ఎక్కువ దూరం వ్యాపించే సువాసన కలిగిన పన్నీరు; సమాకర్షి = దూరం వ్యాపించి జనం ను ఆకర్షించే సువాసన కలిగిన పన్నీరు; నిర్హారీ = విస్తృతమైన సువాసన కలది; ప్రాణతర్పణ: = నాసికకు ఇంపుగా ఉండేది = సువాసన;

160, 161, 162, 163, 164,165, శ్లోకములు

లిప్యాంతీకరణ;

ఇష్టగంధి: సుగంధి: శ్యాదామోదీముఖవాసన:

పూతిగంధస్తుదుర్గంధోవిస్రంశ్యాదామగంధియత్ ॥

శుక్లశుభ్రశుచిశ్వేతవిశదశ్యేతపాండర:

అవదాత: శీతోగౌరో'వలక్షోధవలో'ర్జున: ॥

హరిణ: పాణ్డుర: పాందురీషత్పాందుస్తుధూసర:

కృష్ణోనీలాసితశ్యామకాలశ్యామలమేచకా: ॥

పీతోగౌరోహరిద్రాభ: పలాశో హరితో హరిత

లోహితోరోహితో రక్త: శోణ: కోకానదచ్ఛవి: ॥

అవ్యక్తరాగస్త్వరుణ: శ్వేతరక్తస్తు పాటల:

శ్యావ: శ్యాత్కపిషోధూమ్రధుమలా కృష్ణలోహితే ॥

కడార: కపిల: పిఞ్గపిశఙ్గౌకద్రుపిఙ్గళా

చిత్రం కర్మీరకల్మాషశబలౌతాశ్చకర్బురే ॥

ప్రతిపదార్థం;

ఇష్టగంధ: = ఏదైనా సువాసన కలిగిన పదార్థము; సుగంధి: = సువాసన; ఆమోదీన్ = భుజించే కర్పూరం కలిగించే సువాసన (ముఖవాసన);

పూతిగంధి: = చెడు వాసన; దుర్గంధ: = చెడు వాసన;

విస్రమ్ = వండని మాంసం; ఆమగంధిన్ = పచ్చి మాంసం;

శుక్ల: = శుభ్ర: = శుచి: = శ్వేత: = శ్యేతపాండర: = అవదాత: = సీత: = గౌర: = అవలక్ష:(వలక్ష:) = ధవళ: = అర్జున: = తెలుపు;

హారిణ: = లేత పసుపు పచ్చ రంగు; పాండుర: = లేత తెలుపు; పాండు: = లేత తెలుపు;

ఈషత్పాండు: = లేత గోధుమ రంగు, లేత తెలుపు; ధూసర: = టూడిద రంగు;

కృష్ణ: = ముదురు నీలం లేక నలుపు; నీల: = ముదురు నీలం లేక ముదురు ఆకుపచ్చ లేక నలుపు; ఆసిత: = నలుపు; శ్యామ: = ముదురు నీలం; కాల: = నలుపు; శ్యామల: = ముదురు నీలం లేక నలుపు; మేచక: = ముదురు నలుపు;

పీత: = పసుపు; గౌర: = పసుపు వన్నె; హారిద్రాభ: = పసుపు కొమ్ము యొక్క పసుపు రంగు;

పలాశ: = ఆకుపచ్చ; హారిత: = ఆకుపచ్చ; హారిత్ = లేత ఆకుపచ్చ;

లోహిత: = రోహిత: = రక్త: = ఎరుపు; శోణ: = ఎరుపు, పసుపు కలిగిన కాషాయ రంగు లేక కెంపు వన్నె రంగు; కోకనదచ్ఛవి: =

కోకనద + చవి: = ఎర్ర కలువ + ప్రకాశం = ఎర్ర కలువ యొక్క ప్రకాశం = కెంపు వన్నె రంగు;

హిందువుల, బౌద్ధుల, ఈజిప్ట్ దేశంల యొక్క పురాణాలలో ఎర్ర కలువ, ఉదా రంగు కలువ, నీలం కలువల యొక్క వైశిష్యతనువిశదపరచారు. అవి పునర్జన్మకు, మోక్షమునకు, జ్ఞానమునకు, దైవత్వమునకుఅధ్యాత్మిక ప్రతీకలుగా పేరు సంపాదించుకున్నాయి; హిందువులలో, చైనీయులలో ఎరుపు రంగు శుభమునకు, ఐశ్వర్యమునకు ప్రతీకలు. హిందువుల, చైనీయుల వివాహములలో పెళ్లి కూతురు ఎరుపు రంగు వస్త్రములు, వాటికి సరిపడ ఎరుపు రంగు ఉపకరణాలు వాడుతారు. వేడుకలలో చైనీయులు ఎరుపు – నారింజ కలిపిన వర్ణం తో తయారు చేసిన ధనం ఉన్న చేతి సంచులు " అజ్గ్-పౌ " అతిథులకి పంచుతారు. కరుణ కలిగిన బౌద్ధ దేవుడైన (దేవతైన) బోధిసత్వ అవలోకితేశ్వర శిల్పమును, చైనీయులు " కూయన్ ఇన్ "అని పిలుస్తారు. శ్రీ లంక, థాయ్లెండ్, చైనా, టిబెట్ లో అవలోకితేస్వర రూపం స్త్రీ లేక పురుష రూపం లో ఉండవచ్చు. " కూయన్ ఇన్ " శిల్పము ను ఎరుపు రంగు దుస్తులుతో ఎర్ర కలువ పువ్వు మీద ఆసీనమైనట్టు చెక్కుతారు. ఈ శిల్పం ఎక్కువగా " ఓం మణి పద్మే హోమ్ " అనే సంస్కృత మంత్రమునకు అనుబంధం గా ఉంటుంది.

అవ్యక్తరాగస్తరూణ: = అవ్యక్త + రాగ + అరూణ: = వ్యక్తం కానిది + ఎరుపు రంగు + సూర్యుని ఎరుపు = వ్యక్తము కాని ఎరుపు వర్ణం, సూర్యుని ఎరుపు; శ్వేతరక్తస్తు పాటల: = ఎరుపు, తెలుపు కలిసిన లేత ఎరుపు వర్ణం; శ్రావ: = టేకు వర్ణం; కపిశ: = కోతి వర్ణం; ధూమ్ర: = ఊదా రంగు; ధూమల: = ఊదా రంగు; కృష్ణ లోహిత: = కృష్ణ + లోహిత: = నలుపు + ఎరుపు = ముదురు ఎరుపు;

కదార: = కపిల: = పిభ్గ: = పిశంగ: = పింగళ: = పసుపు - టేకు రంగు మరియు నారింజ — టేకు రంగు కలిపితే వచ్చే రంగు; చిత్ర: = కీర్మిర: = కల్మాష: = శబల: = ఏత: = కర్బూర: = వివిధమైన వర్ణములు ప్రదర్శిస్తాయి;

166, 167 శ్లోకములు

లిప్యంతీకరణ;

బ్రాహ్మీతు భారతీ భాషా గీర్వాగ్వాణీ సరస్వతీ

వ్యాహారఉక్తిర్లపితమ్ భాషితం వచనం వచ: ॥

అపభ్రంశో'పాశబ్ద: శ్యాచ్చాస్త్రేకట్టస్తు వాచక:

తిఙ్గ సుబంతచయో వాక్యం క్రియా వా కారకాన్వితా ॥

ప్రతిపదార్థం;

బ్రాహ్మీ = బ్రాహ్మీ ఒక భాష, ఒకే లిపి. పురాతన దక్షిణ - ఆసియా యొక్క లిపి వ్యవస్థను 3 క్రీ. పూ నుంచి బ్రాహ్మీ అనే పేరు తో సార్వత్రిక వ్యవస్త అగ్రగామిగా వ్యవహరిస్తున్నారు. కాలక్రమేణ బ్రాహ్మీ నుంచి 198 లిపిలు తయారు అయినాయి;

బ్రాహ్మీ = భాష; భారతీ = వాక్కు; భాషా = భాష; గీర్వత్ = వాక్కు; వాగ్వత్ = వాక్కు; వాణీ = భాష, వాక్కు; సరస్వతీ = వాక్కు అధిదేవత;

వ్యాహార: = వాక్కు; ఉక్తి: = వాక్కు; లపితమ్ = గలగల మాట్లాడు; భాషితమ్ = వాక్కు; వాచ: = వాక్కు; వచనమ్ = వాక్కు;

అపభ్రంశ: = అశాస్త్రియమైన పదములు; అపశబ్ద: = చెడు భాష;

శబ్ద: = పదము; వాచిక: = పదముల సమూహము; వాక్యమ్ (తిజ్స్బంతచ్చయో) = వాక్యము (కర్త, కర్మ, క్రియ కలిగిన పద సమూహమును వాక్యము అందురు);

భగవంతుడు మానవులకు ప్రసాదించిన ఆదేశములే " వేదములు ".

శ్రుతి: = వేదములు (ఏవి ఇతే విన్నామో); వేద: = విద్య; ఆమ్నాయ: = వేదములు;

త్రయాధర్మ: = త్రయా + ధర్మ: = 3 వేదముల సేకరణ + ధర్మములు = 3 వేదములలో వివరింపబడిన ధర్మములు; తద్విధి: = తత్ + విధి: = వాటిలోని (వేదముల) లోని విధులు;

168, 169, 170, 171 శ్లోకములు

లిప్యంతీకరణ;

స్త్రియామ్నుక్నామాయజుషిఇతివేదస్త్రయస్త్రయౌ
శిక్షేత్యాది శ్రుతేరభమొబ్క్కరప్రణవౌ సమౌ॥
ఇతిహాస: పురావృత్తముదత్తాధ్యాశ్రయ: స్వరా:
ఆన్వీక్షికీదండనీతిస్తర్కవిధ్యా'ర్థశాస్త్రయౌ: ॥
ఆఖ్యాయికోపలబ్ధార్థపురాణమ్ పఞ్చలక్షణం
ప్రబంధకల్పనా కథా ప్రవహ్లికా ప్రహేళికా॥
స్మృతిస్తు ధర్మసంహితా సమాహృతిస్తు సంగ్రహా:
సమస్యా తు సమాసార్థా కింవదంతి జనశ్రుతి: ॥

ప్రతిపదార్థం;

ఋగ్ వేదం, సామ వేదం, యజుర్ వేదము అనునవి 3 వేదములు;
ఇతివేదస్త్రయౌ = ఇవి 3 మూడు వేదముల సమూహం; శిక్షేత్యాది
శ్రుతే రభ: = శిక్షేత మొదలగునవి వేదములలో 6 అనుబంధ
విభాగములు. వాటిని వేదాంగాలు అంటారు. అవి శిక్ష = ఉచ్చారణ;
వ్యాకరణమ్ = వ్యాకరణము; ఛంద: = ఛందస్సు; నిరుక్తమ్ = వేదం
యొక్క సంశయములను వివరించుట; జ్యోతిషమ్ = జ్యోతిష్యం;
కల్ప: = దైవసంబంధమైనకార్యక్రమములు;

ఓం అనే శబ్దము, గుర్తు వేదం లో నుంచి ఉద్భవించినది. ఓం అనేది భగవంతుని ధ్వని యొక్క అవతారము; ఓంకార: = సృష్టి మొదలు; ప్రణవ: = పవిత్ర మైన ఓం అనే అక్షరమును ఉచ్చరించే ధ్వని;

ఇతిహాస: = చరిత్ర యొక్క కథలు; రచయిత కథ లో ఒక పాత్ర అయినప్పుడు, ఆ కథను ఇతిహాసం అంటారు (మహాభారతం లో వేదవ్యాసుడు, రామాయణం లో వాల్మీకి). అందుకే మహాభారతం, రామాయణములు మొదలగునవి ఇతిహాసములుగా పరిగణింపబడుతాయి. పురావృత్తమే = ఇతిహాసం; స్వరా: = వేద ఉచ్చారణ; ఉదాత్తాద్యా: = వేద ఉచ్చారణ; అన్వీక్షికీ = తార్కిక తత్వ శాస్త్రం; మొట్టమొదటి మనువు ఐన స్వయంభు మనువు రచించిన మను స్మృతి (ఇది వేదములలో ఒక విభాగం) లో అన్వీక్షికీ ను ఆత్మ విద్యా గా వర్ణించారు; దండనీతి: = దండము ఉపయోగించి శిక్ష అమలు చేయుట. ఈ విధానం రాజైన చంద్రగుప్త మౌర్యుని కాలం లో చాణుక్యుడు ఉపయోగించినది; ఆఖ్యాయికా = యదార్ధ గాథ లేక వాస్తవమయ్యే గాథ; ఉపలబ్దార్ధా = యదార్ధగాథ (హర్ష చరితము);

పురాణం = ప్రాచీనమైనది; వ్యాస మహర్షి చేత రచింపబడిన 18 పురాణాలు ప్రాచీనమైనవి; 18 పురాణములలో మొదటిదైన మత్స్య పురాణం లో పురాణం రచించేందుకు ముఖ్యమైన పంచలక్షణములను వివరించారు. అప్పటి నుంచి ప్రతి పురాణం ఆ పంచాలక్షణముల తో రచించారు. అవి సర్గ: = సృష్టి ఆవిర్భవమే, ప్రతి సర్గ: = సృష్టి యొక్క విధ్వంసం, పునరుద్ధరణ, అభివృద్ధి; వంశ: = దేవతల వంశవృక్షము; మన్వంతరం = విశ్వము యొక్క శకములు; వంశానుచరితమే = వివిధమైన రాజుల పురాణ గాథలు. ఉదా: మత్స్య, కూర్మ, వరాహ మొదలగు పూరణములు;

ప్రబంధకల్పనా = కల్పిత సాహిత్యము; కథా = కథ; ప్రవహ్లికా = పొడుపుకథలు, చిక్కుముడి; ప్రహేలికా = చిక్కుముడి;

స్మృతి: = ధర్మ శాస్త్రము; ధర్మసంహితా = ధర్మ శాస్త్రము;

సమాహృతి: = సేకరించి, సంగ్రహించుట; సంగ్రహా: = సంగ్రహించుట;

సమస్యా = సమస్యార్థా = పద్యము లోని మిగిలిన భాగమును పూరించుట;

కింవదన్తీ = పుకారు; జనశ్రుతి: = పుకారు;

172, 173,
174, 175, 176 శ్లోకములు

లిప్యంతీకరణ

వార్తా ప్రవృత్తివృత్తాంతవుదంత: స్యాదథా'హ్వయ:

ఆఖ్యాహ్వా అభిధానం చ నామధేయం చ నామ చ ॥

హూతిరాకరణా"హ్వానం సంహూతిర్బహుభి: కృతా

వివాదో వ్యవహార: స్యాదుపన్యాసస్తు వాగ్ముఖం ॥

ఉపోద్ఘాతఉదాహార: శపనం శపథ: పుమాన్

ప్రశ్నో'నూయోగ: పృచ్ఛా చ ప్రతివాక్యోత్తరే సమే ॥

మిథ్యాభియోగే'భ్యాఖ్యానమథ మిథ్యాభిశంసనం

అభిశాప: ప్రణాదస్తు శబ్ద: స్యాదనురాగజ: ॥

యశ: కీర్తి: సమజ్ఞా చ స్తవ: స్తోత్రం స్తుతిర్నుతి:

ఆమ్రేడితమ్ ద్విస్త్రిరుక్తమ్ఛ్రైష్ఫుష్టం తు ఘోషణా ॥

ప్రతిపదార్థం;

వార్తా = ప్రవృత్తి: = వృత్తాంత: = ఉదంత: = వార్తలు;

ఆహ్వయ: = నామము, పేరు; ఆహ్వ = ఆఖ్యా = అభిదానం = నామధేయం = నామ: = పేరు;

హ్వాతి: = పిలుపు; ఆకారణా = పిలుచుట; ఆహ్వానం = శుభకార్యములకు పిలుచుట;

సంహ్వాతి: = గోల (ఎక్కువమంది మాట్లాడినప్పుడు గాని అరిచినప్పుడు వచ్చే శబ్దం); బహుభి:కృతా = గోల;

వివాద: = గొడవలు, తగవులు; వ్యవహార: = చట్టపరమైన గొడవలు;

ఉపన్యాస: = ప్రస్తావన; వాఙ్మ్ఖం = వాఙ్ + ముఖం = వాక్యం యొక్క మొదలు;

ఉపోద్ఘాతం = ముందు మాట (ఏదైనా పుస్తకం ప్రచురించినప్పుడు, పుస్తకములోని విషయములు సంక్షిప్తముగా వివరిస్తారు);
ఉదాహరణం = నిదార్శనం, దృష్టాంతం;

శపనమ్ = ప్రమాణం; శపథ: = ప్రతిజ్ఞ;

ప్రశ్న: = ప్రశ్న; అనుయోగ: = ప్రశ్న; పృచ్ఛా = ప్రశ్న;

ప్రతివాక్యమ్ = జవాబు; ఉత్తరం = జవాబు;

మిథ్యాభియోగ: = మిథ్య + అభియోగ = అబద్ధం + ఫిర్యాదు = అబద్ధపు ఫిర్యాదు; అభ్యాఖ్యానమ్ = అబద్ధపు ఆరోపణలు; మిథ్యాభిశంసనమ్ = అబద్ధపు ఆరోపణలు; అభిశాప: = అబద్ధపు ఆరోపణలు;

ప్రాణద: = ప్రశంస; అనురాగజ: = అనురాగ + జ: = అనురాగం తో పుట్టినది; శబ్దమ్ = శబ్దం; అనురాగం వలన పుట్టిన ధ్వని యొక్క పేరు ప్రశంస;

యశ: = కీర్తి; కీర్తి: = కీర్తి; సమజ్ఞా = కీర్తి;

స్తవ: = స్తోత్రం; స్తోత్రం = స్తోత్రము; స్తుతి: = స్తోత్రం; నుతి: = భక్తి తో నమస్కరించుట;

ఆమ్రేడితమ్ (ఆనందం) ద్వి: త్రి: ఉక్తం (పలుకుట) = ఆనందముతో 2, 3 సార్లు పలుకుట; ఉచ్చైర్ఘుష్టమ్ = గోల; గోషణా = గోల;

177, 178 శ్లోకములు

లిప్యంతీకరణ;

కాకు: స్త్రియామ్విఃకారో య: శోకభీత్యాదిభిర్ధ్వనే:

అవర్ణా'క్షేపనిర్వాదపరివాదాపవాదవత్ ।

ఉపక్రోశో జుగుప్సా చ కుత్సా నిందా చ గర్హణే

పారుష్యమతివాద: స్యాదభర్త్సనమ్బ్వపకారగే:

య: సనింద ఉపాలంబస్తత్ర స్యాత్పరిభాషణం ॥

ప్రతిపదార్థం;

కాకు: [శోక (దు; ఖం) భీత (భయం) ఆధిభి: (మొదలగునవి) ధన్వే(ధ్వని) వికార: (మార్పు)] = శోకం, దు:ఖంమొదలగునవి కలిపితే వచ్చే మార్పు యొక్క ధ్వని;

అవర్ణ: = నెపము; ఆక్షేప: = ఫిర్యాదు; నిర్వాద: = అపకీర్తి; పరివాద: = ఆరోపణ; అపవాద: = ఫిర్యాదు; ఉపక్రోశ: = అసమ్మతిని తెలియచేయుట; జుగుప్స = చిరాకు; కుత్సా = అసమ్మతి తెలియచేయుట; నిన్దా = నిందించుట; గర్హణమ్ = నింద;

పారుష్యమ్ = కఠినమైన మాట; అతివాద: = మొరటైన మాట;

భర్త్సనమ్ = భయపెట్టుట; అపకారగే: = అసంతృప్తి;

(సనిందఉపాలంభ) పరిభాషణమ్ = నింద తో ఎత్తిపొడుచుట;

179, 180 శ్లోకములు

లిప్యంతీకరణ;

తత్ర త్వాక్షారణా య: శ్యాదాక్రోశో మైధునం ప్రతి

శ్యాదాభాషణమాలాప: ప్రలోపోఽనర్థకం వచ: ॥

అనులాపోముహుర్భాషా విలాప: పరిదేవనం

విప్రలాపోవిరోధోక్తి: సంలాపో భాషణం మిథ: ॥

ప్రతిపదార్థం;

ఆక్షారణా = ఆక్షారణమ్ = అపనిందలు; మైధునంప్రతియ: ఆక్రోశ:
తత్రస్యాత్ = వ్యభిచారము జరుగుచున్న ప్రదేశములో ఉన్నప్పుడు
పడు నిందలు;

ఆభాషణమ్ = సభలో ప్రసంగము; ఆలాప: = సంభాషణం;

ప్రలాప: = గొప్పలు చాటుకొనుట; అనర్థకవచ; = అర్థము లేకుండా
మాట్లాడుట;

అనులాప: = మరీ మరీ ఒకే మాట మాట్లాడుట; ముహుర్భాషా =
పునరుద్ఘాటన;

విలాప: = విలపించుట, దు:ఖపడుట; పరిదేవనం = విలపించుట;

విప్రలాప: = తగవు; విరోధోక్తి: = తగవు;

సంప్రలాప: (సంభాషించుట, మాట్లాడుట) భాషణం (ఉపన్యాసం) మిథ: (పరస్పరముగా) = ఇష్టాపూర్వక పరస్పర సంభాషణ;

181, 182, 183 శ్లోకములు

లిప్యంతీకరణ;

సంప్రలాప: సువచనమపలాపస్తు నిహ్నవ:

చోద్యమాక్షేపొ'అభియోగగొ శాపొ'క్రోశౌ దురేషణ: ॥

అస్త్రి చాటు చటుశ్లాఘూప్రేష్ణామిథ్యావికత్థనం

సందేశవాగ్వాచికంశ్యాద్వాగ్భేదాస్తుత్రిశూత్తరే ॥

రుశతీవాగకళ్యాణీశ్యాత్కల్యా తు శుభాత్మికా

అత్యర్థమధురంసాంత్వమ్సంగతం హృదయంగమం ॥

ప్రతిపదార్థం;

సుంప్రలాప: = మంచి ప్రసంగము; సువచనం = మంచి ప్రసంగం;

ఆలాప: = తిరస్కరణ; నిహ్నవ: = తిరస్కరణ;

చోద్యం = విమర్సించుట; అభియోగం = ఆరోపించుట; ఆక్షేపణ: = ఆక్షేపించుట;

శాప: = శపించుట; ఆక్రోశ: = శాపముతో బాధపడుట; దురేషణా (దురిష్ట) = శాపం;

చాటు: = ఆనందపరచే శబ్దములు; చటు: = సంతోషపరచే శబ్దములు; శ్లాఘూ = ప్రశంసించుట; ప్రేష్ణూ = ఆప్యయత;

మిథ్యా = ప్రామాణికము కానిది; వికత్తనం = ప్రగల్భములు;

సందేశవాక్ = నోటితో పలికే సందేశము; వాచికం = నోటితో పలికే సందేశం;

రుశతీ (ఉశతీ) = కఠినమైన మాటలతో బాధ పెట్టుట; అకళ్యాణీ = అశుభప్రదమైన సంవాదము; కల్యాశుభాత్మికా = శుభప్రదమైన వాక్కు; సాంత్వమ్ (సామ్యత) అత్యర్థ (మిక్కిలి) మధురం (ప్రియం) = సామ్యత మిక్కిలి ప్రియమైన వాక్కు;

సంఘుతమ్ హృదయాంగమమ్ = మనస్సును సంతోషపరిచే వాక్కు

184, 185, 186, 187 శ్లోకములు

లిప్యంతీకరణ;

నిష్ఠూరం పరుషం గ్రామ్యమశ్లీలమ్ సూన్యతం ప్రియే

సత్యే'థ సంకులక్లిష్టేపరస్పరపరాహితే॥

లుప్తవర్ణపదంగ్రస్తంనిరస్తమ్బ్వరితోదితం

అంటూకృతమ్బ్సనిష్ఠీవమబద్ధంస్యాదనర్థకం॥

అనాక్షరమవాచ్యంశ్యాదాహతం తు మ్రుపార్థకం

నొల్లుంతనం తు నొత్సా్సమ్మ్రణితంరతికూజితం॥

శ్రావ్యం హృద్యం మనోహారి విస్పష్టం ప్రకోటోదితం

అథమ్లిష్టమవిస్పష్టంవితథమ్బ్బ్ న్రుతమ్బ్చ:

సత్యమ్బ్థ్య్మ్రుతమ్బ్స్మ్యగమూనిత్రిషుతద్బ్వతి॥

ప్రతిపదార్థం;

నిష్ఠూరమ్ = కఠినమైన మాట; పరుషమ్ = కఠినమైన మాట;

గ్రామ్యమ్ = మొటైన మాట; అశ్లీలమ్ = అసంబద్ధకరమైన మాట;

సూన్రుతమ్ = చెవులకు ఇంపైన మాట; ప్రియే = ఇంపైన,
ఆనందకరమైన; సత్యే = నిజమైన;

సంకులమ్ = గందరగోళము, కంగారు; క్లిష్టమ్ = కష్టమైన; పరస్పర
పరహితే

= పరస్పర తిరస్కరణ వాక్యము;

గ్రస్తమ్ = అస్పష్టంగా, నిర్లక్ష్యముగా మాట్లాడుట; లుప్తవర్ణపదమ్ = అస్పష్టముగా;

నిరస్తమ్ = తొందరపాటు తో మాట్లాడుట; త్వరిదోతీతమ్ = త్వరిత + ఉదితమ్ = తొందరగా + మాట్లాడుట = తొందరగా మాట్లాడుట;

అంబూకృతమ్ = మాట్లాడునపుడుతుంపురులుపడుట; సనిష్టీవమ్ = తుంపురులు;

అబద్ధమ్ = అబద్ధము; అనర్థకమ్ = అర్థం లేకపోవుట;

అనక్షరమ్ = పలుకబడని మాట; అవాచ్యమ్ = పలుక కూడని మాట;

ఆహోతమ్ = అసంభవమైన మాట; మృక్షార్థకమ్ = అసంభవమైన మాట;

శోల్లున్ధనమ్ = వ్యంగముగా; సోత్ప్రాసమ్ = వ్యంగముగా;

మనితమ్ = తన్మయత్వము; రతికూజితమ్ = పరవశత్వం;

శ్రావ్యమ్ = వినుటకుఇంపైనది; హృద్యమ్ = వినసొంపైనది;

మనోహారి: = స్పష్టముగా; విస్పష్టమ్ = స్పష్టముగా; ప్రకతోదితమ్ = స్పష్టముగా కనబడుట;

శ్లిష్టమ్ = అస్పష్టముగా మాట్లాడుట; అవిస్పష్టమ్ = అర్థము కాకుండా మాట్లాడుట;

వితమ్ = అసత్యం; అన్నతమ్ = అసత్యమైన; వచ: = వాక్కు;

సత్యమ్ = తథ్యమ్ = ఋతమ్ = సమ్యక్ = సత్యము, నిజము;

188, 189, 190, 191 శ్లోకములు

లిప్యంతీకరణ;

శబ్దేనినాదనినదధ్వననిధ్వానరవస్వనా:

స్వానిర్ఘోశనిర్ఘాదనాదనిశ్వాననిస్వనా:॥

ఆరావా"రావసంరావవిరావఅథమర్క్మర:

స్వనితేవస్త్రపర్ణానామ్ముభషణానామ్ తు శిబ్జితమ్॥

నిక్వాణోనిక్వణ: క్వాణ: క్వణ: క్వణమిధ్యపి

వీణాయా: క్వణితేప్రాదే: ప్రక్వణప్రక్వణాదయ:॥

కోలాహల: కలకలస్తిరశ్చామ్యాశితంబ్బుతం

స్త్రీ ప్రతిశ్రుత్ప్రతిధ్వానే గీతం గానమిమే సమే॥

ప్రతిపదార్థం;

శబ్ద: = ధ్వని; నినాద: = నినద: = అరుపులు, కేకలు, ఏడుపుల
యొక్క ధ్వనులు; ధ్వని: = ప్రతిధ్వని; ధ్వాన: = గొణుగుడు ధ్వని;
రవ: = బిగ్గరగా కీచుమని అరచుట; శ్వన: = చప్పుడు (బొట్బలు
పెడుతూ వచ్చే ప్రవాహం చప్పుడు, ఎక్కువ మంట చేసే చప్పుడు);
శ్వాన: = చప్పుడు (గలగల, ముక్కుతో మాట్లాడుతున్నట్టుగా
వచ్చు ధ్వని, రొప్పునప్పుడు వచ్చు ధ్వని); నిర్ఘోష: = చప్పుడు
(అలికిడి, త్రొక్కుట); నిర్ఘాద: = ధ్వని (కూనిరాగం యొక్క ధ్వని);

నాద: = ఎటువంటి ధ్వని ఐనా బిగ్గరగా; నిశ్వాన: = నిశ్వన: = చప్పుడు; ఆరావ: = ధ్వని (తుమ్మెద ఝుంకారం); ఆరవ: = ధ్వని (ఉరుములు గర్జించుట); సమ్రావ: = ధ్వని (బిగ్గరగా గోల చేయుట); విరావ: = ధ్వని (గోల);

శ్వనితే (ధ్వని) వస్త్ర (వస్త్రము) పర్ణానాం (ఎండుటాకులు) = మర్మర: = ఎండుటాకులు, కాగితం, గట్టి వస్త్రముల యొక్క గలగల ధ్వని;

భూషణానాం (ఆభరణములు) తు శింజితం (ఘల్లుఘల్లు, గణగణ) = ఆభరణముల యొక్క ఘల్లుఘల్లుమను ధ్వని;

నిక్వాణ: = నిక్వణ: = క్వణ: = క్వాణ: = క్వణనమ్ = సంగీత వాయిద్యముల యొక్క ధ్వని;

స్వనితే (ధ్వని) వీణయా: (వీణ యొక్క); క్వాణ, క్వణా అనే పదములకు ప్ర అనునది ఉపయోగించినప్పుడు ప్రక్వాణ, ప్రక్వణా అను పదములు ఉత్పత్తి అయి వీణ, ప్రతి తీగవాద్యముల యొక్క ధ్వని యందు వినిపించటడును.

కోలాహల: = కలకల: = మిశ్రమ మైన బిగ్గర ధ్వనులు కలిపితే కోలాహలము గా ఉంటుంది;

తిరశ్చామ్ = ఇవి అన్నియు కాక మిగిలినవి ధ్వనులు; వాశితమ్ = ఏదైనా చప్పుడు, అరుపు [గర్జించుట (సింహం, పులి మొదలగునవి), అరుచుట (కుక్క, నక్క, తోడేలు మొదలగునవి), బోంగురు ధ్వని (కప్ప), గట్టిగా అరుచుట, బిగ్గరగా నవ్వుట లేక ఏడ్చుట]; ఋుతమ్ = ఏదైనా అరుపులు (గర్జించుట, ఝుంకారనాదం);

గీతమ్ = గానమ్ = పాడుట; ఇమేసమమ్ = ఇవి రెండు ఒకటే;

192, 193, 194 శ్లోకములు

లిప్యంతీకరణ;

నిషాదర్బభగాంధారశడ్జమధ్యమదైవతా:

పంచమశ్చైత్యమీ సప్త తంత్రీకంఠోత్థితా: స్వరా: ॥

కాకలీ తు కలే సూక్ష్మధ్వనౌతు మధురా'స్ఫుటే

కలోమాంద్రస్తు గంభీరే తారో'త్యుచ్చైస్త్రయత్రిషు ॥

నృణామురసిమధ్యస్థోద్వావింశతివిధో ధ్వని:

స మంద్ర: కంఠమధ్యస్థస్తార: శిరసిగీయతే ॥

ప్రతిపదార్థం;

కర్ణాటక సంగీతం లో, హిందుస్తానీ సంగీతం లో ఉండే సప్తస్వరాలు
స, రి, గ, మ, ప, ద, ని, సా; పాశ్చ్యాత్య సంగీతం లో ఉండే
సప్తస్వరాలు డో, రే, మీ, ఫా, సో, లా, టి;

నిషాద:, ఋషభ:, గాంధార:, షడ్జ:, మధ్యమ:, దైవత:, పంచమ:;
అమీ = ఇవి, సప్త: = ఏడు, తంత్రి = తీగ వాయిద్యం (వీణ,
వైయిలిన్), కంఠ: = కంఠ స్వరం, ఉత్థిత: = ఉద్భవించుట
(పలుకును), స్వరా: = స్వరములు. ఈ సప్త స్వరములు కంఠము
నందు, తీగ వాయిద్యముల నందు పలుకును; [మయూరము,
వృషభముల యొక్క ధ్వనులు శడ్జమముపలేవినిపిం- చును;
అజావిక (పశువులు, గొర్రెలు, మేకలు) ల యొక్క ధ్వనులు

గాంధారమువలె వినిపించును; క్రౌంచ పక్షి (పొడవు కాళ్ళతో, పొడవు వంకర ముక్కుతో ఎక్కువగా నీటి దగ్గర తిరుగుతుంది) యొక్క ధ్వని మధ్యమం లో వినిపిస్తాయి; పుష్ప (పుష్పము) సాధారణే (కట్టె పుల్లలు) మీద ఆధారపడే కాలే (నల్ల) పిక (కోకిల) పంచమమ్ లో కూజతి (కూస్తుంది); విషాదం = దు:ఖం లో ఉన్నప్పుడు, వాజీ = అశ్వము, హేషతే = సకిలించును, గజ: = ఏనుగు, బృహతే = ఘీంకరించును; ఏతే హి మయూరా (ఎప్పుడు నెమళ్ళు) దయ (దయ తో) మత్త (ఎక్కువ సంతోషముగా) ఉన్నప్పుడు పంచమమ్ లో గాయన్తి (కూస్తాయి)];

కాకలీ = మంద్రమైన మృదుమధుర స్వరము; సూక్ష్మేకలే = అతి మంద్రమైన మధుర స్వరము; మధురా'స్ఫుటేధ్వనౌ = దూరముగా వినిపించే మధుర స్వరము; కలోమాంద్రస్తు గంభీరే = కల + మంద్ర (లోతుగా) = స్వరం + లోతైన = లోతైన స్వరమును గంభీరము అంటారు;

నృణామురసిమధ్యస్తే = మనుష్యుల ఉదరము మధ్య నుండి; ద్వా (2) వింశతి (20) విధౌ (ఆకారం, ఆకృతి) ద్వని: (స్వరములు) స మంద్ర: (లోతైన); కంఠ:(కంఠము) మధ్యస్థ: (మధ్యము) తార:(తార స్థాయి) శిరసి (శిరస్సు) గీయతే (పాడుతున్నప్పుడు). పాడుతున్నప్పుడు 22 స్వరాకృతులు మనుష్యుల ఉదరము నుంచి మంద్ర స్థాయి లో ప్రయాణించి కంఠము లో మధ్య స్థాయికి చేరుకుని, అక్కడినుంచి శిరస్సుకు తార స్థాయి లో చేరుకుంటాయి;

195, 196, 197 శ్లోకములు

లిప్యంతీకరణ;

సమన్వితలయస్త్వేకతాళో వీణా తు వల్లకీ

విపంచీ సా తా తన్త్రీభి: సప్తభి: పరివాదినీ ॥

తతం వీణా"దికమ్వాద్యమానద్ధమ్ముకరజా"దికమ్

వంశా"దికమ్ తు సుషిరమ్కాంస్యతాలా"దికమ్ ఘనం ॥

చతుర్విధమిదం వాద్యం వాదిత్రా"తోద్యనామకమ్

మృదంగామురజాభేదాస్త్వజ్ఝు"లీఙ్ఘోర్ధ్వకాస్త్రయ: ॥

ప్రతిపదార్థం;

సమన్వితలయ = సమన్విత + లయ = లయ తో సంబంధం = హార్మోని పెట్టె [హార్మోని పెట్టె ఐరోపా వాయిద్యము. కర్ణాటక, హిందుస్తానీ సంగీతంలో శ్రుతి పెట్టె (పక్క వాయిద్యము) గా ఉపయోగించేవాళ్లు. ఇప్పుడు వాడడం లేదు. ఇప్పుడు కూడా టెంగాలీలు ప్రధాన వాయిద్యం గా ఉపయోగిస్తారు]; ఏకతాల: = హార్మోని;

వీణా = ప్రస్తుతం వాడకంలో ఉన్నది 4 తీగల వీణ; వల్లకీ = వీణ మహాభారతం లో ఉపయోగించినట్టు తెలుస్తోంది; విపంచీ = 9 తీగలు కలిగిన విపంచీ వీణ, రావణాసురుడు వాయించినట్టు వాల్మీకి రామాయణం పేర్కొన్నది;

పరివాదినీసప్తభి: (7) తన్త్రిభి: (తీగలు) యుక్తాసా = 7 తీగలు కలిగిన వీణ పేరు పరివాదిన్;

తతమ్ = తీగ వాయిద్యము; వీణాదికమ్ = వీణ, వైయోలిన్ (ఐరోపా తీగ వాయిద్యము) మొదలగు తీగ వాయిద్యములు; నాట్యశాస్త్రం రచించిన భారత మహర్షి భరత ముని (1 క్రీ.పూ నించి 3 క్రీ.శ), భారత సంగీతశాస్త్రజ్ఞుడుసారంగదేవ్ (13 క్రీ.శ) [సంగీతం, నృత్యం యొక్క సంస్కృత గ్రంథమైన సంగీత రత్నాకర రచయిత] తట వాద్యములు తీగ వాద్యములే అనివివరించినారు;

శుభాంకరుడు (14 క్రీ.శ మధ్యలో) రచించిన సంగీత దామోదర అనే సంస్కృత గ్రంథం లో వాయిద్యముల గురించి వివరించబడ్డది. తట (తీగ) వాయిద్యములు భగవంతునికి ప్రతికరమైనవి, సుషిర (వెదురు తో తయారు చేసిన వేణువులు) వాయిద్యములు గంధర్వులకు ప్రతికరమైనవి, అవనద్ధ (చర్మ) వాయిద్యములు రాక్షసులకు ప్రతికరమైనవి, ఘన (ఇత్తడి చేతి తాళంలు, ఇత్తడి గంట) వాయిద్యములు కిన్నెరులకు ప్రతికరమైనవిఅని వివరించారు;

వాద్యమ్ = వాయిద్యం; ఆనద్ధమ్ = ఢంకా; వాద్యమానద్ధమ్ = ఢంకా వాయిద్యం; మురజా"దికమ్ = మురజ + ఆదికమ్ = ఢంకా + మొదలగునవి, మృదంగము, తటలా మొదలగునవి; వంశాదికమ్ = వంశ + ఆదికమ్ = వెదురు + మొదలగునవి = పిల్లనగ్రోవి, వేణువు మొదలగునవి; సుషిరమ్ = నాదస్వరం (నోటితో తో వాయించబడేవి); కాంస్యతాలా"దికమ్ = కాంస్య + తాళ + ఆదికమ్ = ఇత్తడి + సంగీతం లో ఉపయోగించే తాళం + మొదలగునవి = సంగీతం లో, భజనలలో ఇత్తడి తాళములు మొదలగునవి ఉపయోగిస్తారు; ఘనమ్ = తాళం, గంటలు మోదగునవి ఘన వాయిద్యములు; వాద్యమ్ = వాదిత్రమ్ = ఆతోద్యమ్ = సంగీత

వాయిద్యములు; చతుర్విధమ్ = సంగీత వాయిద్యములు అన్నీ 4 విధములు;

మృదంగా: = మురజా: = బోలు స్థూపమునకు రెండు పక్కల చర్మముతో మూసివేయుట;

అజ్ఝ: = ఆలిఝ్య: = ఊర్ధ్వక: = మృదంగం; భేదా = సవరణ; ఇవి అన్నీ మృదంగములలో వివిధమైన రూపాంతరములు;

198, 199, 200 శ్లోకములు

లిప్యంతీకరణ;

శ్యాద్యశ:పటహోడక్కభేరీ స్త్రీ దుందుభి: పుమాన్

ఆనక: పటహోస్త్రీ స్యాత్క్రణో వీణా"దివాదనం ॥

వీణాదండ: ప్రవాల: స్యాత్క్కుభస్తుప్రసేవక:

కోలమ్బకస్తుకాయో'స్యాఉపనాహోనిబంధనమ్ ॥

వాద్యప్రభేదాదమరుమడ్డుడిండిమర్ఝర్థరా:

మర్దల: పనావోన్యే చ నర్తకిలాసికే సమే ॥

ప్రతిపదార్థం;

యశ: = పతహా: = డక్క, యుద్ధ డంకా; డక్కా = డంకా (కింది భాగం చిన్నగా, పై భాగం పెద్దగా ఉంది రెండు వైపులా మూసివేయబడే గిన్నె. ఇవి చిన్నవి, పెద్దవి ఉంటాయి. ఇవి పెద్ద శబ్దము చేస్తాయి, యుద్ధం లో ఉపయోగిస్తారు);

భేరీ = దుందుభి: = పెద్ద శబ్దం చేసే డంకా;

ఆనక: = పటహా: = యుద్ధ భేరీలు; రాజుల కాలం లో రెండు యుద్ధ భేరీలు పక్క పక్క పెట్టి చేతులతో.కర్రలతో కొట్టి చప్పుడు చేసే యుద్ధం ప్రకటించేవారు; వీటిని నగారా అంటారు;

వీణాది"వాదనం = వీణ + ఆది + వాదనం = వీణ మొదలగు తీగ వాయిద్య- ములు; కోణ: = కొడవు, దండము; వీణ, వైయోలిన్ వాయుస్తున్నప్పుడు దండము కానీ కొడవు (బౌ) ఉపయోగిస్తారు. వీణలకు దండము మొదటే అతికిస్తారు;

వీణాదండ: = ప్రవాల: = వీణ యొక్క మెడ (ఒంపుగా);

కకుభ: = ప్రసేవక: = వీణ మెడ కింద గుండ్రముగా ఉండే గిన్నె ఆకారము కలిగినవి

కోలంబక: = కాయ: = వీణ యొక్క శరీర భాగము.ఇది గుండ్రముగా, పొడుగ్గా, తక్కువ వెడల్పు తో ఉంటుంది. దీని మీద వీణ తంత్రీలను, మిగిలిన అవసరమైన భాగములను అతికిస్తారు; ఉపానహ: = నిబంధనం = వీణ తంత్రీలను బిగించడానికి ఉపయోగించే బిరడా;

వాద్య (వాయిద్యముల) ప్రభేదా (వివిధమైన) వాయిద్యములు; డమరు: = మడ్డు: = దిణ్డిమ: = ఝుర్ఝర: = మర్దల: = వివిధములైన మద్దెలలు, చిన్న వి, పెద్దవి; డమరుకం ఎక్కువగా శివుని చేతిలో ఉంటుంది; పణవ: = చేతాళం;

నర్తకీ = లసికా = స్త్రీ నృత్యకారిణీ;

201, 202, 203 శ్లోకములు

లిప్యంతీకరణ;

విళంబితద్ధృత మధ్యమ్ తత్వమొఘొ ఘనమ్ క్రమాత్

తాళ: కాలక్రయామానామ్ లయ: సామ్యమథా"స్త్రియామ్॥

తాండవమ్ నటనమ్ నాట్యమ్ లాస్యమ్ నృత్యమ్ చ నర్తనే

తౌర్యత్రికమ్ నృత్యగీతవాద్యమ్ నాట్యమిదమ్ త్రయమ్॥

భ్రకుంసశ్చ భృకుంసశ్చ భ్రౌకుంసశ్చేతి నర్తక:

స్త్రీ వేషధారీ పురుషో నాట్యోక్తా గణికాజ్జుకా:॥

ప్రతిపదార్థం;

తత్వమ్ = మంద్రమ్; ఓఘు: = వడి, తొందర; ఘనమ్ = మధ్యము, విళంబితమ్ = మంద్రమ్; ధ్రుతమ్ = తొందర; మధ్యమ్ = మధ్యము; ఇవి అన్ని గానము, వాద్యము, నృత్యము అను సంగీత కళలలో ఉపయోగిస్తారు;

తాళమ్ = సంగీతం లో ఉపయోగించే ప్రక్రియ; కాలక్రియామానమ్ = కాల + క్రియ + మానం = సమయం + పని + లెక్క = క్రియ యొక్క సమయము లెక్కించుట, దీనిని సంగీతం లో తాళం అంటారు; లయ: = లయ; సామ్యమ్ = సమం గా ఉండుట; సంగీతం లో గాన, వాద్య, నృత్యములకు లయ సమం గా ఉండాలి;

నటనమ్ = నటించుట, నర్తించుట; నాట్యమ్ = లాస్యమ్ = నృత్యమ్ = నర్తనమ్ = నర్తించుట; తాండవమ్ = తీవ్రముగా నర్తించుట. శివుడు చేసే శివ తాండవం, సృష్టి, స్థితి, లయ కు మూలకారణమని పురాణాములలో పేర్కొన్నారు;

నాట్యం (సంగీత విద్య) ఇదం (ఈ) త్రయం (3 విధములు) = సంగీత విద్య 3 విధములు. అవి గానం, వాద్యం, నృత్యం;

నృత్యగీతవాద్యమ్ = నృత్యము, గీతము, వాద్యము; తౌర్యత్రికమ్ = తౌర్య + త్రికమ్ = సమ్మేళనం + మూడు = మూడిటి యొక్క సమ్మేళనము = నృత్యము, గీతము, వాద్యము కలిసిన సమ్మేళనము;

బ్రా = భ్రూ = కనుబొమ్మలు; కుసి = మాట్లాడుట; నర్తక: = నాట్యాచార్యుడు; భ్రకుంస: = భృకుంస: = స్త్రీ వేషధారి పురుషుడు కనుబొమ్మలతో స్త్రీ గొంతుకతో మాట్లాడుతు నాట్యం, నటన చేస్తుంటాడు;

స్త్రీవేషధారి పురుష: = స్త్రీ వేషం వేసుకున్న పురుషుడు;

నాట్యోక్తౌ = నాట్య + ఉక్తౌ = నాటకం + భాష = నాటకీయ భాష; గణికా = వేశ్య; అజ్జుకా = వేశ్య;

204, 205, 206, 207 శ్లోకములు

లిప్యంతీకరణం;

భగినీపతిరావృత్తో భావో విద్వానథా'వుక:

జనకో యువరాజస్తు కుమారో భర్తృదారక:।

రాజా భట్టారకో దేవస్తత్సుతా భర్తృదారికా

దేవి కృతాభిషేకాయామితరాసుతు భట్టినీ।

అబ్రహ్మణ్యమావధ్యేకతో రాజశ్యాలస్తు రాష్ట్రియ:

అంబా మాతా'థ బాలా శ్యాద్వా'సురార్యస్తు మారిష:।

అత్తికా భగినీ జ్యేష్ఠా నిష్ఠా నిర్వహణే సమే

హాండేహాజే హలా"హ్వానే నీచామ్ చేటీమ్ సఖీమ్ ప్రతీమ్॥

ప్రతిపదార్థం;

భగినీపతి: = అక్క + పతి: = బావ; ఆవుత్త: = బావ; అవుక: = జనక: = తండ్రి; కుమార: = పుత్రుడు; యువరాజ: = యువరాజు; భర్తృదారక: = పట్టాభిషిక్తుడైన రాజు కొడుకు; రాజ: = భట్టారక: = రాజు; భర్తృదారికా = పట్టాభిషిక్తురాలైన కుమార్తె, యువరాణి; దేవీ కృతాభిషేకా = దేవి + కృత్తాభిషేకా = రాణి + పట్టాభిషిక్తురాలైన = పట్టాభిషిక్తురాలైన రాణి; భట్టినీ = మహారాణి కాకుండా మిగిలిన భార్యలు (రాజు ఎంతమంది స్త్రీలను ఐనా వివాహం చేసుకోవచ్చును,

ఐతే మహారాణీ యొక్క సంతానమునకే రాజు అయ్యే అర్హత ఉంటుంది); అబ్రహ్మణ్యం = పవిత్రమైన క్రియను ఉల్లంఘించుట; రాజశ్యాల: = రాజ + శ్యాల: = రాజు + బావమరిది = రాజు గారి బావమరిది; రాష్ట్రియ: = రాజు గారి బావమరిది (భార్య యొక్క అన్న గాని, తమ్ముడు గాని);

బాలస్య (బాలుని యొక్క) మాత (తల్లి) అంటా = బాలుని యొక్క తల్లి ని అంట అంటారు; వాసూరార్యస్తు = చిన్న ఆడపడుచు; మారిష: = పూజ్యుడు; అత్తికా = అంతికా = పెద్ద అక్క; భగినీ + జ్యేష్ట = పెద్దవారైన స్త్రిలను గౌరవిస్తు పిలిచే పదము + మొదటి = అందరికంటే పెద్ద అక్క; నిష్ఠా = ముగింపు; నిర్వహణం = నాటకం యొక్క ముగింపు; సమే = సమానము. రెండు సమానమే;

హాండే = తక్కువ కులం సేవకుడు; హాఙ్గే = సేవకురాలు; హాలా = సేవకులను పిలుచుట; హ్వానే (పిలుచుట) నీచం (తక్కువ కులం) చేతమ్(సేవకురాలు) సఖీ (చెలికత్తె). తక్కువ కులం సేవకురాలను, చెలికత్తె లను పిలుచుట;

208, 209, 210 శ్లోకములు

లిప్యంతీకరణ;

అంగహారో'జ్గవిక్షేపో వ్యజ్గకా'అభినయా సమో

నివృత్తే త్వజ్గసత్వాభ్యామ్ ద్వే త్రివాంజ్గికసాత్విక్షే

శృజ్గారవీరకరుణా'ధ్భుతహాస్యభయానకా: ॥

బీభత్సరౌద్రౌ చ రసా: శృజ్గార: శుచిరుజ్జ్వల:

ఉత్సాహవర్ధనో వీర: కారుణ్య: ఘృణా ॥

కృపా దయానుకంపాస్యాదనుక్రోశో'ప్యథో హాస:

హాసో హాస్యం చ భీభత్సం వికృతం త్రిష్వేదమ్ ద్వయమ్ ॥

ప్రతిపదార్థం;

అజ్గహార: = అజ్గవిక్షేప: = హావభావములు (శరీరం లోని భాగములైన శిరస్సు, చేతులు, కళ్ళు, కాళ్ళు, నడుము మొదలగువాటి కదలికలు); వ్యజ్గక: = అభినయ: = శరీరము లోని అంగములతో భావావేశములను తెలుపుట; నిర్వృత్తే త్వసజ్గసత్వభ్యామ్ త్రిఆంగికమ్ సాత్వికం = శరీరము లోని అంగములతో కనుబొమ్మల యొక్క కదలికలు, దయ చూపుట, మంచితనం మొదలగు హావభావములను తెలియచేయుట;

శృంగార: = ప్రేమ; వీర: = వీరత్వం; కరుణ: = దయ; అద్భుత: = అద్భుతం; హాస్య: = హాస్యం; భయానక: = భయంకరం; భీభత్సమ్ = భీభత్సం; రౌద్రమ్ = కోపం;

శృంగార: = ప్రేమ; శుచి: = పవిత్ర ప్రేమ; ఉజ్జ్వల: = అందమైన ప్రేమ;

ఉత్సాహవర్ధన: = శూరత్వము; వీర: = వీరుడు;

కారుణ్యమ్ = కరుణా = ఘృణా = కృపా = దయా = అనుకంపా = అనుక్రోశ: = దయ;

హాస: = హాస: = హాస్యం = నవ్వులు;

భీభత్సమ్ = వికృతమ్ = చిరాకుగా, వికృతం గా;

211, 212 శ్లోకములు

లిప్యంతీకరణ;

విస్మయో'భాతమాశ్చర్యమ్ చిత్రమప్యథ బైరవమ్

దారుణం భీషణమ్ భీష్మమ్ ఘొరమ్ భీమమ్ భయానకమ్ ॥

భయంకరమ్ ప్రతిభయమ్ రౌద్రమ్ తూగ్రమమీ త్రిషు:

చతుర్దశ దరస్త్రాసో భీతిర్భీ: సాధ్వసమ్ భయమ్

వికారో మానసో భావో'నుభావో భావబోధక: ॥

ప్రతిపదార్థం;

విస్మయ:, అద్భుతమ్, ఆశ్చర్యమ్, చిత్రమ్ అనేవి అద్భుత రసమునకు పేర్లు.

బైరవమ్, దారుణమ్, భీషణమ్, భీష్మమ్, ఘొరం, భీమమ్, భయానకమ్, భయంకరమ్, ప్రతి భయమ్ మొదలగునవి భయానక రసము యొక్క పేర్లు.

రౌద్రమ్, ఉగ్రమ్ అనేవి రౌద్రం (కోపం) యొక్క పేర్లు.

దర: = త్రాస: = భీతి: = భీ: = సాధ్వసమ్ = భయమ్ = భియా: = భయం;

వికార: = భావోద్వేగం; మానస్ = హృదయం; భావ: = భావం; అనుభావ: = భావం; భావబోధక: = భావమును వ్యక్తపరచుట; ఇవి సాత్విక, మానసిక, క్రోధ, భయం మొదలగు భావనలను వ్యక్తపరచే భావముల యొక్క పేర్లు.

213, 214, 215 శ్లోకములు

లిప్యంతీకరణ;

గర్వాభిమానోఽహంకారో మానశ్చిత్తసమున్నతి:

దర్పోఽవలోకోఽవష్టంభశ్చిత్తోద్రేక: స్మయో మద:

అనాదర: పరిభవ: పరిభావస్తిరస్క్రియా ॥

రీఢాఽవమాననాఽవజ్ఞాఽవహేళనమసూర్క్షణమ్

మందాక్షమ్ ప్రాస్తపాప్రీడా లజ్జా సాఽపత్రపాఽన్యత: ॥

ప్రతిపదార్థం;

గర్వ: = గర్వం; అభిమానమ్ = పొగరు, గర్వం; అహంకార: = గర్వం; మాన: = పొగరు; చిత్తసమున్నతి: = గర్వం; దర్ప: = గర్వం; అవలోక: = గర్వపు చూపు; అవస్తంభ: = మొండితనం; చిత్తోద్రేక: = చిత్త + ఉద్రేక: = మనస్సు + అతి కోపం = మనస్సు లో అతి కోపం; స్మయ: = మొండితనం; మద: = గర్వం;

అనాదర: = అగౌరవం; పరిభవ: = అవమానం; పరిభావ: = ధిక్కారం; తిరస్క్రియా = ధిక్కారం; రీఢా = నిర్లక్ష్యం; అవమానా = అవమానం; అవజ్ఞా = నిర్లక్ష్యం; అవహేళనం = అవమానం; అసూర్క్షనమ్ = అవమానం;

మందాక్షమ్ = సంకోచం, పిరికితనం; ప్రా = త్రాపా = లజ్జ = ప్రీడా: = సిగ్గు, సంకోచం; అపత్రపా = సంకోచం; అన్యత: = అపార్థం;

216, 217, 218, 219 శ్లోకములు

లిప్యంతీకరణ;

శాంతిస్తితిక్షా'భిధ్యా తు పరస్యవిషయే స్పృహ

అక్షాంతి'రీర్ష్యా 'సూయా తు దోషా"రోపో గుణేష్వపి

వైరం విరోధోవిద్వేషోమన్యుశోకౌ తు శుక స్త్రియామ్॥

పశ్చాతాపో'నుతాపశ్చ విప్రతీసార ఇత్యపి

కోపక్రోధా'మర్షరోషప్రతిఘా రూట్క్రుధౌ స్త్రియౌ॥

శుచౌ తు చరితే శీలమున్మాదశ్చిత్తవిభ్రమ:

ప్రేమానాప్రియతాహార్ద్రం ప్రేమ స్నే 'హోత దోహదం॥

ఇచ్ఛా కాంక్షా స్పృహేహాహ్ త్రుడు వాంఛా లిప్సా మనోరథ:

కామో'భిలాషస్తర్వశ్చ సౌ'త్యర్థం లాలసా ద్వయో:॥

ప్రతిపదార్థం;

క్షాని: = ఓర్పు; తితిక్షా = సహనం;

అభిధ్యా తు పరస్యవిషయే స్పృహ = అభిధ్యా (పరస్యవిషయే స్పృహ) = దురాశ (పరుల ధనం కొరకు ఆశించుట);

అక్షాంతి: = ఈర్ష్య = అసూయా = అసూయ;

వైరమ్ = విరోధ: = విద్వేష: = శత్రుత్వం;

మన్యు: = శోక: = శుక = దు:ఖం, విచారం;

పశ్చాత్తాప: = అనుతాప: = విప్రతీశ: = పశ్చాతాపము;

కోప: = క్రోధ: = అమర్ష = రోష: = ప్రతిఘు: = రుట్ = కృత్ = కోపం;

శుచౌ(మంచి) తు చరితే (ప్రవర్తన) శీలం = మంచి ప్రవర్తనకు పేరు శీలం;

ఉన్మాద: = చిత్తవిభ్రమ: = చిత్త చాంచల్యం కలిగినవాడు = ఉన్మాదుడు;

ప్రేమాన్ = ప్రియతా = హార్దమ్ = ప్రేమన్ = స్నేహా: = దయ, ప్రేమ;

దోహదమ్ = ఇచ్చ = కాంక్ష = స్పృహో = ఈహో = తృష్ (త్రుట్) = వాఞ్ఛా = లిప్సా = తర్ష: = మనోరథ: = కామ: = అభిలాష: = కోరిక; లాలస = అధికమైన కోరిక;

220, 221,
222, 223, 224 శ్లోకములు

లిప్యంతీకరణ;

ఉపాధిర్మాంధర్మచింతాపుస్యాధిర్మానసి వ్యథా

శ్యాచ్చింతాస్మృతిరాధ్యానముత్కంఠోత్కలికే సమే

ఉత్సాహో'ధ్యవసాయ: స్యాత్ స వీర్యమతిశక్తిభాక్॥

కపట్రోస్త్రీ వ్యాజధంబోపధయశ్చధ్మకైతవే

కుస్మృతినికృతి: శాఠ్యం ప్రమాదో'నవధానతా॥

కౌతూహాలమ్ కౌతుకమ్ చ కుతుకమ్ చ కుతూహాలమ్

స్త్రీణాం విలాసబిబ్బో కవిభ్రమా లలితమ్ తథా॥

హీలా లీలేత్యమీ హావా: క్రియా శృంగారభావజా:

ద్రవకేళిపరిహాసా: క్రీడా లీలా చ నర్మ చ॥

వ్యాజోపదేశో లక్ష్యం చ క్రీడా ఖేలా చ కూర్దనమ్

ధర్మో నిదాఘు: స్వేద: స్యాత్ ప్రళయోనష్టచేష్టతా

ఆవహిత్థాకారగుప్తి: సమౌ సంవేగసంభ్రమౌ॥

ప్రతిపదార్థం;

ఉపాధి: = ధర్మ చింతా = ధర్మ చింతన;

ఆధి: = మానసీ వ్యధా = మనో చింతన;

చింతా స్మృతి = ఆధ్యానం = విచారమైన జ్ఞాపకాలు;

ఉత్కంఠా = ఉత్కలికా = ఆరాటం;

ఉత్సాహం = ఉత్సాహం; అధ్యవసాయ: = స్థిరం;

వీర్యమ్ = శక్తి; అతిశక్తిభాక్ = ఎక్కువ శక్తి;

కపట: = వ్యాజ: = దంభ: = ఉపాధి: = ఛద్మన్ = కైతవమ్ = కుస్సతి: = నికృతి: = శాక్యమ్ = మోసం;

ప్రమాద: = అనధానతా = అజాగ్రత్త;

విలాస: = ఆకర్షణ, ఆనందం; బిబ్బోక: = ఉపశమనం; విభ్రమ: = మోసపోయినట్టు అగుపడుట; లలితమ్ = ఆదరించుట; హేలా = అజాగ్రత్త; లీలా = వినోదం; ఇతి = ఇవి అన్ని; హావా: = హావభావాలు; స్త్రీనామ్ = స్త్రీల యొక్క; శృంగారభావజా: = స్త్రీల యొక్క శృంగార భావాలు; క్రియా: = క్రియలు;

ద్రావ: = ఆట; కేలి: = వినోదం; పరిహాస: = హాస్యం తో వినోదం; క్రీడా = ఆటలు; లీలా = నర్మన్ = వినోదం; ఇవి అన్ని స్త్రీ, పురుషుల మధ్య జరిగే హాస్య భరిత వినోదం;

వ్యాజ: = అపదేశ: = లక్ష్యం = సాకు, కారణం;

క్రీడా = ఖేలా = కూర్దనమ్ = ఆటలు, గెంతులు;

ఘర్మ: = వేడి వలన వచ్చే చమట; నిదాఘు: = స్వేద: = చెమట;

ప్రళయ: = మూర్చ;

అవహిత్తా = కపటం, వంచన;

సంవేగ: = సంభ్రమ: = సంతోషముతో త్వరపడుట;

225, 226, 227, 228 శ్లోకములు

లిప్యంతీకరణ;

శ్యాదాచ్చురితకమ్ హాస: సోత్సాస: స మానక స్మితమ్

మధ్యమ: స్యాద్విహాసితమ్ రోమాంచో రోమహర్షణమ్॥

క్రందితమ్ రుదితమ్ కృష్ణమ్ ఝుమ్బస్తు త్రిషు ఝ్యుంభణమ్

విప్రలంభో విశంవాదో రింగణమ్ స్కలనమ్ సమే

స్వాన్నిదా శయనమ్ స్వాప: స్వప్న: సంవేశ ఇత్యపి॥

తంద్రీ ప్రమీలా భ్రకుటిభ్రకుటిభ్రూకుటి: స్త్రియామ్

అదృష్టి: స్యాదసౌమ్యే'క్షిణ సంసిద్ధిప్రకృతీ త్విమే॥

స్వరూపమ్ చ స్వభావశ్చ నిశర్గాశ్చాథా వేపథు:

కంపోథ క్షణ ఉద్ధర్షో మహో ఉద్ధవ ఉత్సవ:॥

ప్రతిపదార్థం;

అచ్చురితకమ్ = వ్యంగ్యమైన నవ్వు; స్మితమ్ = చిరునవ్వు;
విహాసితమ్ = నవ్వు;

రోమాంచ: = రోమహర్షణమ్ = సంతోషము వలన గాని, భయము
వలన గాని ఉద్వేగం కలిగి రోమములు గగురుపడుట;

క్రందితమ్ = రుదితమ్ = కృష్టమ్ = ఏడుపు, రోదనం;

ఝ్బుంభ: = ఝ్బుభణమ్ = ఆవలించుట;

విప్రలంబ: = విసంవాద: = మోసం చేయుట;

రిఖ్ఖనమ్ = స్ఖలనమ్ = జారిపడుట, దొర్లిపడుట;

నిద్రా = శయనమ్ = స్వాప: = స్వప్న: = సంవేశ: = నిద్ర;

తంద్రీ = తన్ద్రా = బద్దకం;

భ్రకుటి: = భృకుటి: = భ్రూకుటి: = ముఖం చిట్లించుట;

అదృష్టి: = సౌమ్యము లేని దృష్టి; అసౌమ్య'క్షి = అసౌమ్య + అక్షి = సౌమ్యము లేని + దృష్టి;

సంసిద్ధి: = ప్రకృతి: = స్వరూపం = స్వభావ: = నిసర్గ: = స్వభావము;

వేపథు: = కంప: = వణుకుట;

క్షణ: = ఉద్ధర్ష: = మహో: = ఉద్ధవ: = ఉత్సవ: = ఉత్సవము;

229, 230 శ్లోకములు

లిప్యంతీకరణ;

అధో భువన పాతాళమ్ బలిసద్మ రసాతలమ్

నాగలోకఠ కుహరమ్ సుషిరమ్ వివరమ్ బిలమ్ ॥

చిద్రమ్ నిర్వ్యథనమ్ రోకమ్ రంధ్రమ్ స్వభ్రం వపా సుషి:

గర్తా'వటౌ భువి శ్వభ్రే సురథ్మే సుషిరమ్ త్రిషు ॥

ప్రతిపదార్థం;

పాతాళములు 7 విడి విడి గ్రహములు ఒకదాని కింద ఒకటి గా ఉన్నట్టు విష్ణుపురాణం, భాగవత పురాణం, శివ పురాణం, పద్మ పురాణం, వాయు పురాణం మొదలగు వాటిలో పేర్కొన్నారు. అవి అతల, వితల, సుతల, తలాతల, మహాతల, రసాతల, పాతాళ. అవి భూమి ఉపరితలమునకు సుమారుగా 7000 యోజనములకు (1 యోజనం = 8 మైళ్ళు లేక 1200 కి. మీ) కిందివైపు ఉన్నట్టుగా గుర్తింపబడింది. విష్ణువు యొక్క తామసికరూపమైన ఆదిశేషుడు భూమి, పాతాళముల యొక్క భారం వహిస్తున్నాడు. నరకం వీటన్నిటి కింద ఉన్నది. ఇందులో నాగులు, రాక్షసులు నివసిస్తారు. ఈ గ్రహం ఎప్పుడు చీకటిగా ఉంటుంది.

చీకటి గ్రహమైన పాతాళం వజ్రవైడూర్య మెరుపు వలన ఉజ్జలమై స్వర్గం కంటే చాలా అందముగా భాసిల్లుతుంది. విష్ణు భక్తుడైన ప్రహ్లోదుని

"

మనుమడు (చిరంజీవి, విష్ణు భక్తుడు, రాక్షస రాజు) బలి చక్రవర్తి మూడు ప్రపంచములను (స్వర్గం, భూమి, 7 పాతాళ గ్రహాములు) భూమి పైన ఉన్న భూభాగాన్ని (కేరళ, భారత దేశం) రాజధానిగా చేసుకుని 14 చతుర్యుగములు పరిపాలించాడు. వామనావతారం లో విష్ణువు బలి చక్రవర్తిని పాతాళానికి అణగదొక్కి, ప్రతి సంవత్సరం భూమి పైన రాజధానిని దర్శించే వరం ప్రసాదించాడు. ఆ రోజుని కేరళ హిందువులు ఓణం పండుగగా జరుపుకుంటున్నారు.

అధోభువనమ్ = అధో + భువనమ్ = క్రింద భాగం + నివాసం = క్రింద భాగం లో నివాసం = పాతాళం; పాతాళమ్ = పాతాళం; బలిసద్మన్ = బలి + సద్మన్ = బలి + నివాసం = పాతాళం; రసాతలం = 7 పాతాళ గ్రహ సమూహము లో ఒకటి; నాగలోక: = నాగ + లోక: = సర్పం + లోకం = సర్ప లోకం, పాతాళం;

కుహరం = సుషిరమ్ = వివరమ్ = బిరమ్ = శ్వభ్రమ్ = వపా = సుషి: = ఛిద్రమ్ = నిర్వ్యతనమ్ = రోకమ్ = రంధ్రమ్ = చిల్లు;

ఇవి అన్ని ఎక్కడైనా (శరీరం, శబ్దం, చెట్టు) లో టోలు (చిల్లు) గా ఉండే ప్రదేశం యొక్క పేర్లు;

గర్త: = గర్తా = అవత: = సుషిరమ్ = భువిశ్వబ్రే = భువి + శ్వబ్రే = భూమి పైన

గాని లోపల గాని ఉండు చిల్లు;

231, 232, 233 శ్లోకములు

లిప్యంతీకరణ;

అంధకారోస్త్రియామ్ ధ్వంతమ్ తమిశ్రమ్ తిమిరమ్ తమ:

ధ్వంతే గాఢే'న్ధతమస: క్సిణోవతమసమ్ తమ: ॥

విశ్వక్సంతమసమ్ నాగా: కాద్రవేయాస్తదీశ్వర:

శిషో'నంతో వాసుకిస్తు సర్పారాజోథ గేనస

తిలిత్స: స్యాదజగరే శయ్యుర్వాహస ఇత్యుటౌ ॥

అలగద్రో జలవ్యాల: సమౌ రాజిల ఢుండుభౌ

మాలుధానో మాతులాహిర్ని రుక్తో ముక్తకంచుక: ॥

ప్రతిపదార్థం;

అంధకార: = ధ్వాంతమ్ = తమిశ్రమ్ = తిమిరమ్ = తమ: = చీకటి;

అంధతమసమ్ = అంధ + తమసమ్ = అతి (ఎక్కువ) + చీకటి = అతి చీకటి; గాఢధ్వాంత = గాఢ + ధ్వాంత = అతి + చీకటి = ఎక్కువ చీకటి; క్షీణోవతమసం = క్షీణ + అవతమసం (ధ్వాంతే) = తగ్గుట + చీకటి = పాక్షికమైన చీకటి;

విశ్వక్సంతమసం = విశ్వక్ + సంతమసం = అంతటా + విశ్వంమంతా చీకటి = విశ్వమంతా వ్యాపించిన చీకటి;

నాగా: = పాములు (పాము తల, తోక కలిగిన మానవ రూపం);
కాద్రవేయా: = పాములు [దక్ష ప్రజాపతి కూతురు ఐన కద్రువ, కశ్యప బ్రహ్మ యొక్క సంతానం]

శేష: = అనంత: = తదీశ్వర: = ఆదిశేషుడు; శ్రీ మహావిష్ణువు 1000 తలల నాగరాజు ఐన ఆదిశేషుని పైన శయనిస్తాడు;

వాసుకి = సర్ప రాజు = వాసుకి అనే సర్పం;

గోనస: = తిలిత్స: = పెద్ద పాము;

అజగర: = శయు: = వాహస: = పెను పాము;

అలగర్ద: (అళిగర్ద:) = అజగర్ద: = జల వ్యాల: = నీటి పాము;

రాజిల: = దుందుభ: = రెండు తలల పాము;

మాలుధాన: = మాతులాహి: = వివిధ రకములైన పాము;

నిర్ముక్త: = ముక్తకంచుక: = కుటుసం వదిలిన పాము;

234, 235, 236 శ్లోకములు

లిప్యంతీకరణ;

సర్ప: ప్రదాకుర్భుజగో భుజంగోఽహిర్భుజంగమ:

ఆశీవిషో విషధరశ్చక్రీ వ్యాల: సరీస్పృప: ॥

కుండలీ గూఢపాచ్చక్ష:శ్రవా: కాకోదర: ఫణీ:

దర్వీకరో దీర్ఘపృష్ఠో దందశూకో బిలేశయ: ॥

ఊరగ: పన్నగో భోగీ జిహ్మగ: పవనాశన:

లేలీహానో ద్విరసనో గోకర్ణ: కంచుకీ తథా

కుమ్భీనసు: ఫణధరో హారిర్భోగధరస్తథా ॥

ప్రతిపదార్థం;

సర్ప: = ప్రదాకు: = భుజగ: = భుజంగ: = అహి: = భుజంగమ: = ఆశీవిష: = విషధర: = చక్రీన్ = వ్యాల: = సరీస్పృప: = కుండలీన్ = గూఢపాత్ = చక్షుశ్రవాన్ = కాకోదర: = ఫణీన్ = దర్వీకర: = దీర్ఘపృష్ట: = దందశూక: = బిలేశయ: = ఊరగ: = పన్నగ: = భోగీన్ = జిహ్మగ: = పవనాశన: = లేలిహాన: = ద్విరసన: = గోకర్ణ: = కంచుకీ = కుంభీనస: = హారి: = ఫణధర: = భోగధర: = పాము;

237, 238, 239 శ్లోకములు

తెలుగు లిప్యంతీకరణ;

త్రిష్ట్వాహేయం విషొ'స్థ్యాదిస్ఫటాయామ్ తు ఫణా ద్వయో:

సమో కంచుకనిర్మోకో శ్వేదస్తు గరళం విషం॥

పుంసిమ్ క్లీటేచ కాకోలకాలకూటహలాహలా:

సౌరాష్ట్రిక: శౌక్లికేయో బ్రహ్మపుత్ర: ప్రదీపన:॥

దారదో పద్మనాభశ్చ విశాభేధా అమీ నవ

విషవైద్యో జాఙ్గలికో వ్యాలగ్రాహ్యాహితుండడిక:॥

ప్రతిపదార్థం;

అహేయమ్ = పాము యొక్క శరీరం (విషం, అస్థి, చర్మం); స్ఫటా = పాము పడగ; కంచుక: = నిర్మోక: = పాము కుబుసం;

శ్వేద: (శ్వేలః) = గరళం = విషం;

కాకోల: = కాలకూట: = హలాహల: = సౌరాష్ట్రిక: = సౌక్లికేయ: = బ్రహ్మపుత్ర: = ప్రదీపన: = దారద: = వత్సనాభ: = విషం; విశాభేద (విషములు) అమీ (ఇవి) నవ = 9; ఇవి 9 విషములు;

విషవైద్య: = జాంగులిక: = విషం తీసేవాడు;

వ్యాలగ్రాహిన్ = వ్యాలగ్రాహ: = అహితుండిక: = పాములు పట్టేవాడు;

240, 241, 242 శ్లోకములు

లిప్యంతీకరణ;

స్యాన్నారకస్తు నరకో నిరయో దుర్గతి: స్త్రియామ్
తత్భేదాస్తాపనా'వీచిమహారౌరవరౌరవా: ॥

సంఘూత: కాలసూత్రంచేత్యాద్యా: సత్వాస్తు నారకా:
ప్రేతా వైతరిణీ సింధు: స్యాదా లక్ష్మిస్తు నిరృతి: ॥

విష్ణురాజా: కారణ తు యాతనా తీవ్రవేదన
పీడా బాధా వ్యథా దు:ఖమామనస్యమ్ ప్రసూతిజం
స్యాత్సంకష్టం కృచ్ఛమాభీలమ్ త్రిష్వేషామ్ భేద్యగామి యత ॥

ప్రతిపదార్థం;

నారక: = నరక: = నిరయ: = దుర్గతి: = నరకం;

తపన: = అవీచి: = మహారౌరవ: = రౌరవ: = సంఘూత: = సంహోర:
= కాల సూత్రమ్ = నరకం; ఇత్యాది = ఇతి + ఆది = ఇవి అన్నీ;
తత్భేధా: = వివిధములైన నరకం యొక్క పేర్లు (ఇక్కడ కఠినమైన
శిక్షలు అమలుపరచబడును);

నారకా: = ప్రేతా: (పారేతా:) = సత్వా: = ప్రేతాత్మలు;

వైతారిణీ = సింధూ = నరకము లోని నది పేర్లు;

అలక్ష్మి: = నిరృతి: = దుర్భాగ్యం;

విష్ణె: = ఆజు: = నరకమునకు పంపించుట;

కారణా = యాతనా = తీవ్ర వేదనా = ఎక్కువ బాధా;

పీడా = బాధా = వ్యధా = దు:ఖమ్ = ఆమనస్యమ్ = ప్రసూతిజమ్
= కష్టమ్ = కృచ్చమ్ = అభీలమ్ = బాధ;

243, 244, 245, 246 శ్లోకములు

లిప్యంతీకరణ;

సము'బ్దిరకూపార: పారావార: సరిత్పతి:

ఉదన్వానుదధి: సింధు: సరస్వాన్నాగరోర్ణవ:‖

రత్నాకరో జలనిధిర్యాద:పతిరపాంపతి:

తస్య ప్రబేధా: క్షీరోదోలవణోదస్తథా'పరే‖

ఆప: స్త్రి భూమ్ని వార్వారి సలిలమ్ కమలమ్ జలమ్

పయ: కీలాలమమ్మృతమ్ జీవనమ్ భువనమ్ వనమ్

కటంధముదకంపాథ: పుష్కరమ్ సర్వతోముఖమ్‖

అంభోర్ణస్తోయపానీయనీరాక్షీరాంబుశంబరమ్

మేఘపుష్పమ్ ఘనరసస్త్రిషు ద్వే ఆప్యమమ్మయమ్‖

ప్రతిపదార్థం;

సముద్ర: = అబ్ది: = ఆకూపార: = పారావార: = సరిత్పతి: =
ఉదంవాన్ = ఉదధి: = సింధు: = పరస్వాన్ = సాగర: = అర్ణవ: =
రత్నాకర: = జలనిధి: = యాద:పతి: = సముద్రం;

క్షీరోద: = లవణోద: = సముద్రం; తథా = అలాగే; పరే = భిన్నములు;
దద్యుధ:, ఘృతోద:, ఇక్షూద:, సురోద:, స్వాదూద:. ఈ 7 ను తస్య
= ఆ సముద్రం యొక్క భిన్నములు;

ఆప: = వారి: = సలిలమ్ = కమలమ్ = జలమ్ = పయ: = కీలాలమ్ = అమృతమ్ = జీవనమ్ = భువనమ్ = వనమ్ = కదంబమ్ = ఉదకమ్ = పాథ: = పుష్కరమ్ = సర్వతోముఖమ్ = అంబ: = అర్ణ: = తోయమ్ = పానీయమ్ = నీరమ్ = క్షీరమ్ = అంబు: = శంబరమ్ = మేఘపుష్పమ్ = ఘనరసమ్ = నీరు, ఉదకం;

ఆప్యమ్ = అమ్మయమ్ = నీరు కలిగిన పదార్థం పేరు;

247, 248, 249 శ్లోకములు

భభ్గస్తరభ్గ ఊర్మిర్వా స్త్రియామ్ విచిరతోర్మిషు

మహోత్సుల్లోలకల్లోలా స్యాదావర్తో'మ్బసామ్ భ్రమ:॥

పృషన్తిబిందుపృషతా: పుమాంసో విప్రుష: స్త్రియామ్

చక్రాణి పుటటేధా: స్యుభ్రమాశ్చ జలనిర్గమా:॥

కూలమ్ రోధశ్చ తీరమ్ చ ప్రతీరమ్ చ తటం త్రిషు

పారావారే పరార్వాచీ తీరే పాత్రమ్ తదన్తరమ్॥

భభ్గ: = తరభ్గ: = ఊర్మి: = వీచి: = కెరటము;

ఉల్లోల: = కల్లోల: = మహోత్సు = ఊర్మిషు = ఉప్పెన;

భ్రమ: = సుడి; ఆవర్త: = అంభాసామ్ = సుడి కలిగిన నీటి గుండములు = సుడి గుండములు;

పృశన్తి = బిందు: = పృశత: = విప్రుష: = జల బిందువు;

చక్రాణి (వక్రాణి) = నీటి ఊట (బుగ్గ) నుంచి నదికి వెళ్ళు మార్గము;

భ్రమా: = జలనిర్గమా: = నీరు పోవుటకు మార్గము (తూము, కాలువ);

కూలమ్ = రోధ: = తీరమ్ = ప్రతీరమ్ = తటమ్ = నది (కాలువ) ఒడ్డు;

పారమ్ అవారమ్ పరార్వాచీ తీరే = ఆవల, ఈవల తీరములు;

పాత్రమ్ = రెండు ఒడ్డుల నడుమ నీటి మార్గం (కాలువ, నది, వాగు, తూము);

250, 251, 252 శ్లోకములు

లిప్యంతీకరణ;

ద్వీపోఽస్త్రియామంతరీపమ్ యదంతార్వారిణస్తటమ్
తోయోత్థితమ్ తత్పులినమ్ సైకతమ్ సికతామయమ్॥

నిషద్వరస్తు జంబాల: పఙ్కోఽస్త్రీ షాదకర్దమౌ
జలోచ్ఛ్వాసా: పరీవాహ: కూపకస్తువిదారకా:॥

నావ్యమ్ త్రిలిఙ్గం నౌతార్యే స్త్రియామ్ నౌస్తరణిస్తరి:
ఉడుపమ్ తు ప్లవ: కోల: స్త్రీతోఽమ్బుసరణమ్ స్వత:॥

ప్రతిపదార్థం;

ద్వీప: = అంతరీపమ్ = అంతర్వారిణ: = యుత తటమ్ = నీళ్ళ నడుమ ఉండే ఆ దిబ్బ (ద్వీపం);

పులినమ్ = నీళ్ళు ఎండి కనిపించే తిన్నె;

సైకతమ్ = సికతామమయం = ఇసుక మేటలు (దిబ్బలు);

నిశద్వర: = జంబాల: = పఙ్క: = శాద: = కర్దమ: = టురద;

జలోచ్ఛ్వాసా: = పరీవాహ: = ఎక్కువ నీటిని బయటకు పంపించే మార్గం;

కూపకా: = విదారకా: = చెలమలు (తాత్కాలికమైన బావులు);

నాన్యమ్ = నౌతార్యే = ఓడలు ప్రయాణం చేయగలిగే నదులు;

నౌ: = బౌ: = తరణి: = తరి: = ఓడ;

ఉడుపమ్ = ప్లవ: = కోల: = తెప్ప;

స్రోత: = నీరు; స్వత: = సహజం, సహజం గా పారే నీరు; అంటుసరణమ్ = అంటు + శరణమ్ = జలం + ప్రవాహం = జల ప్రవాహం;

253, 254 శ్లోకములు

లిప్యంతీకరణ;

ఆతరస్తర్పణ్యం శ్యాద్ ద్రోణీ కాష్టాంబువాహినీ

సాయంత్రిక: పౌతవాహక్ కర్ణధారస్తు నావిక:॥

నియామకా: పౌతవాహో: కూపకో గుణవృక్షక:

నౌకాదండ: క్షేపణీ స్యాదరిత్రమ్ కేనపాతక:॥

ప్రదీపదార్థం;

ఆతర: = తరపణ్యమ్ = ఓడ నడుపువానికి ఇచ్చు కూలీ;

ద్రోణీ = కాష్టాంవాహినీ = దోనె (అండాకారం లో ఉన్న పడవ);

సాయంత్రిక: = పౌతవణిక్ = జల యాత్ర ప్రయాణికులు;

కర్ణ ధార: = నావిక: = నావికుడు;

నియామకా: = పౌతవాహా: = ఓడ స్తంభము నుండి దారి చూపు వాడు;

కూపక: = గుణవృక్షక: = ఓడ మీద టెక్కము కట్టు స్తంభము;

నౌకాదండ: = క్షేపణీ = ఓడ నడుపు గడలు;

అరిత్రమ్ = కేనిపాతక: = ఓడ నడుపు తెడ్లు;

255, 256, 257 శ్లోకములు

లిప్యంతీకరణ;

అబ్రి: స్త్రీ కాష్ఠకుద్దాల: సేకపాత్రమ్ తు సేచనమ్

క్షేటే'ర్ధనావమ్ నావోర్ధే'తీతనౌకే'తిను త్రిషు॥

త్రిణ్వాగాధాత్ప్రసన్నో'చ్చ: కలుషో'నచ్చ: ఆవిల:

నిమ్నమ్ గంభీరమ్ గంభీరముత్తానమ్ తద్విపర్యయే॥

అగాధమతలస్పర్శే కైవర్తే దాశధీవరౌ

ఆనాయ: పుంసి: జాలమ్ స్యాచ్ఛణసూత్రమ్ పవిత్రకమ్

మత్స్యాధాని కువేణీ స్యాద్ బడిశమ్ మత్స్యవేధనమ్॥

ప్రతిపదార్థం;

అబ్రి: = కాష్ఠకుద్దాల: = పార (చేత్త, మట్టి మొదలగునవి)తీపారవేయ్యుటకు ఉపయోగించే వస్తువు);

సేకపాత్రమ్ = సేచనమ్ = నీరు పట్టుకునే వస్తువు = టకెట్;

యానపాత్రమ్ = పోత: = నీటిలో ప్రయాణం చేసేవి (ఓడ, పడవ, తెప్ప, దొన్నెమొదలగునవి);

సముద్రియమ్ = ఆబ్ధిభవే = సముద్రం లో పుట్టి అక్కడ జీవించేవి;

అర్ధనావ: = అర్ధ + నావ: = సగం + ఓడ = సగం ఓడ;

అతిను = ఓడ నుంచి కిందికి దిగిన వస్తువులు, మనుషులు, జంతువులు;

ప్రసన్న: = అచ్చ: = స్వచ్ఛమైన, నిర్మలమైన;

కలుష: = అనచ్చ: = ఆవిల: = మురికి;

నిమ్నమ్ = గభీరమ్ = గంభీరమ్ = లోతు;

ఉత్తానమ్ = తక్కువ లోతు;

అగాధమ్ = ఆటలాస్పర్శ: = ఎక్కువ లోతైన;

కైవర్త: = దాశ: = ధీవర: = జాలరి (చేపలు పట్టేవాడు);

అనాయ: = జాలమ్ = జాలం;

సణసూత్రమ్ = పవిత్రకమ్ = జాలం యొక్క తాడు;

మత్స్యధాని = కువేనీ = చేపల బుట్ట;

టడిశమ్ = మత్స్యబంధనమ్ = మత్స్యవేధనమ్ = గాలం;

258, 259, 260 శ్లోకములు

లిప్యంతీకరణ;

పుత్తురోమా ఝుషో మత్స్యో మీనో వైశారినోండజ

విసార: శకులీ ఛాథ గండక: శకులార్బక: ॥

సహస్రదంష్ట్ర: పారీన ఉలూపీ శిశుక: సమో

నలమీనశ్చలిచీమ: ప్రోష్టి తు శఫరీ ద్వయో ॥

క్షుద్రాండమత్స్యసంఘాత: పొతధానమథో ఝుషా:

రోహితో మద్గర: శాలో రాజీవ: శకులస్థిమి:

తిమింగలాదయశ్చాథ యాదాంసి జలజంతవ: ॥

ప్రతిపదార్థం;

పృథరొమా(న్) = ఝుష: = మీన: = వైశారిణ: = అండజ: = విశార:
= శకులీ(న్) = మత్స్యములు (చేపలు);

గండక: = శకులార్బక: = చేపల పిల్లల పేర్లు;

సహస్రదంష్ట్ర: = పారీన = వేయి పొరల మీను;

ఉలూపీ(న్) = శిశుక: = చపలమైన ఉలసమీను పేర్లు;

నడమీన: = చలిచీమ: = మట్ట చేపలు;

ప్రోష్టి = సఫరీ = ఎగిరిపడే చేప;

క్షుద్రాణమత్స్యసఙ్ఘాత: = పోతధానమ్ = చేపల పిల్లల గుంపుల పేర్లు;

రోహిత: = ఎర్ర చేప; మధుర: = బొమ్మ చేప; శాల: = ఎక్కువ వేగం కలిగిన మీను; రాజీవ: = కొర చేప; శకుల: = టేడిస చేప; తిమి: = నూరు యోజనముల (1 యోజనము = 8 మైళ్ళు లేక సుమారుగా 12కి. మీ) వేగం కలిగిన చేప; తిమింగలమ్ = తిమిని మింగ గలిగే శక్తి కలది, దాని కంటే వేగం కలిగినది.

యాదాంసి = జలజంతవ: = నీటిలోనే నివసించే జంతువులు;

261, 262, 263, 264, 265 శ్లోకములు

లిప్యంతీకరణ;

తత్భేదా: శిశుమారోద్రశఙ్ఖవో మకారదయ:

శ్యాత్కులీరా: కర్కాటక: కూర్మే కమటకచ్ఛపీ ॥

గ్రాహోఽవహారో నక్రస్తు కుంభిరోఽథ మహిలతా

గండూపద: కిచ్చులకో నీహోకా గేధికా సమే ॥

రక్తపా తు జలౌకాయామ్ స్త్రియామ్ భూమ్ని జలౌకస:

ముక్తాస్ఫోట: స్త్రియామ్ శుక్తి: శంఖ: శ్యాత్క్వంటురాస్త్రియౌ ॥

క్షుద్రశఙ్ఖా: శఙ్ఖనఖా: శంటూకా జలశుక్తయ:

భేకే మండూకర్వాభూశాలూరప్లవదర్దురా: ॥

శిలీ గండూపదీ భేకీ వర్షాభ్వ్య కమఠీ డులి:

ముద్గరస్య ప్రియా శ్రుఙ్గీ దుర్నామా ధీర్ఘకోశికా ॥

ప్రతిపదార్థం;

శిశుమార: = సముద్రం లో తిరిగే పెద్ద చేపలు, dophins (నీటిలో ఉండే జంతువులు); ఉద్ర: = నీరు పిల్లి; శఙ్ఖ: = నీరు పంది; మకర: = చోరమీను (seal), మొసలి; [ఇవి అన్నీ నీటి లోనూ, భూమి మీద నివసించే జంతువులు];

కులీర: = కర్కటక: = ఎండ్రకాయ; కూర్మ: = కమఠ: = కచ్చప: = తాబేలు;

గ్రాహా: = అవహార: = ప్రాణహింస చేసే పెద్ద చేపలు (shark);

నక్ర: = కుంభీర: = పెద్ద మొసలి; మహిలతా = గండూపద: = కిఞ్జల్క: = క్రిములు; నీహోకా = గోధికా = భారతదేశం, నేపాల్ లో ప్రవహించే గంగా నది లోని పెద్ద మొసళ్ళు;

రక్తపా = జలూకా = జలౌకస: = జలగ; ముక్తాస్ఫోట: = శుక్తి: = ముత్యపు చిప్ప; శజ్బు: = కంభు: = శంఖం; క్షుద్రశజ్బౌ: = శజ్బనఖా: = చిన్న శంకము; శంటుకా: = జలశుక్తయ: = కప్ప చిప్పలు; భేక: = మండూక: = వర్షాభూ: = శాలూర: = ప్లవ: = దర్దుర: = కప్ప;

శిలీ = గండూపదీ = స్త్రీ (ఆడ) క్రిములు; భేకీ = వర్షాబ్వీ = స్త్రీ (ఆడ) కప్పలు; కమఠీ = డులి: = ఆడ తాబేలు; శ్రుబ్జీ = ఆడ చేప; దుర్నామా = దీర్ఘకోసికా = పెద్ద (ఏనుగు) జలగలు;

266, 267, 268,
269, 270, 271 శ్లోకములు

లిప్యంతీకరణ;

జలాశయా జలాధారాస్తత్రాగాధజలో ప్రాద:

ఆహావస్తు నిపానం స్యాదుపకూపజలాశయే ॥

పుంస్యేవాం'ధు: ప్రహీ: కూప ఉదపానమ్ తు పుంసి వా

నేమిస్తుకాస్య వీనాహో ముఖబంధనమస్య యత్ ॥

పుష్కరిణ్యామ్ తు ఖాతమ్ స్యాదఖాతమ్ దేవఖాతకమ్

పద్మాకరస్తాడాగోఽస్త్రీ కాసార: సరసీ సర: ॥

వేశంత: పల్వలమ్ చాల్పసరో వాపీ తు దీర్ఘికా

ఖేయమ్ తు పరిఖాధారస్వంభసామ్ యత్ర ధారణమ్ ॥

శ్యాదాలవాలమావాలమావాపీఽథ నదీ సరిత్

తరంగిణీ శైవలినీ తటినీ ప్రోదినీ ధునీ ॥

స్రోతస్వినీ ద్వీపవతీ స్రవంతీ నిమ్నగాఽపగా

కూలంకషా నిర్ఝరిణీ రోధోవక్రా సరస్వతీ ॥

ప్రతిపదార్థం;

జలాశయ: = జలాధార: = ఎక్కువ నీరు నిలవ చేయు స్థలము (జలాశయము); ప్రాద: = తటాకము, చెరువు; అగాధజలే = చాలా లోతైన చెరువు; ఆహవ: = నిపానం = బావి (నుయ్య) దగ్గర పశువులు నీరు తాగుటకు కట్టిన నీరుతో ఉన్న తొట్టెలు; అంధు: = ప్రహి: = కూప: = ఉదపానం = బావి, నుయ్య; నేమి: = త్రికా = గిలక (నూతి నుడి నీరు తోడుకొనుటకు ఉపయోగించే వస్తువు); వీనహో: = నూతి చుట్టూ కట్టిన భాగం; పుష్కరిణీ = ఖాతం = నలుచదరముగా ఉండే తటాకములు (గుడు లలో ఉండే తటాకములు); అఖాతం = దేవాఖాతకమే = సహజముగా ఏర్పడినది (దేవతలచేత ఏర్పాటు చెయ్యపడ్డది, ఉదా: మానస సరోవరం, బ్రహ్మ మనస్సు నుంచి జన్మించినది);

పద్మాకర: = తటాక: (తడాగ:) = తామర పువ్వలతో నిండిన చెరువులు; కాసార: = సరసి: = కొలను (తక్కువ నీరు కలిగిన ప్రదేశము);

వేశంత: = పల్వలమ్ = అల్పసర: = లోతైన నీటి చుట్టూ కట్టిన ప్రదేశం;

వాపీ = దీర్ఘికా = మెట్లు ఉన్న లోతైన బావులు; ఖేయమ్ = పరిఖా = అగడ్త (సహజముగా గాని లేక తవ్వుట వలన గాని నీరు నిల్వ చేయుటకు ఏర్పడిన ప్రదేశం);

ఆధార: = [యత్ర = ఏ ప్రదేశమునందు, అంటసామ్ = నీళ్ళకు కట్టగట్టి, ధారణం = నిలవ చేయు ప్రదేశం (చాలా పెద్దవి)] ఆనకట్ట;

ఆలవాలమ్ = ఆవాలమ్ = ఆవాప: = చెట్ల పాదులు;

నదీ = సరిత్ = తరంగిణీ = శైవలినీ = తటినీ = ప్రోదినీ = ధునీ = శ్రోతస్వినీ = ద్వీపవతీ = స్రవంతీ = నిమ్నగా = ఆపగా = కూలజ్కషా: = నిర్ఝరిణీ = రోధోవక్రా = సరస్వతీ = ఇవి అన్నీ నది యొక్క పేర్లు;

272 శ్లోకములు

లిప్యంతీకరణ;

గంగా విష్ణుపదీ జహ్ను తనయా సురనిమ్నగా

భాగీరథీ త్రిపథగా త్రిస్రోతా భీష్మసూరపి

కాళిందీ సూర్యాతనయా యమునా శమనస్వసా ||

ప్రతిపదార్థం;

భాగవత పురాణం లో వామనవతారం గురించి వివరించారు. విష్ణువు వైవస్వత మన్వంతరం లోని 7 చతుర్యుగం లో వామనుడి (పొట్టివాడు) గా అవతారము ఎత్తి (విష్ణుభక్తుడైన ప్రహ్లోదుని మనుమడు) విష్ణుభక్తుడైన బలి చక్రవర్తిని పాతాళమునకు (వజ్రవైదూర్య మెరుపు వలన ఉజ్జ్వలమై స్వర్గం కంటే చాలా అందముగా భాసిల్లుతుంది) అణగద్రొక్కి, చిరంజీవత్వం ప్రసాదించాడు. బలి చక్రవర్తి అశ్వమేధ యాగం చేస్తున్నప్పుడు విష్ణువు పొట్టి బ్రాహ్మణ బాలుడిగా వచ్చి 3 అడుగులు ఇవ్వమని అడిగాడు. ఒక పాదం భూమి మీద, రెండవపాదమ్ ఆకాశం లోని జ్ఞానం ప్రపంచం ని చిల్లు చేయగా, అక్కడినుండి గంగ (గంగ అనగ పవిత్రం అని అర్థం) నీరు కిందికి దిగి విష్ణు పాదములను తడిపి విష్ణుపది, భగవత్పది గా పేరు పొందినది. గంగ ఎప్పుడు జలనభయే (జలనభ = జల + నభ = మేఘు + పుట్టినది), మేఘురూపంలో బ్రహ్మ లోకం, స్వర్గ లోకంలలో తిరుగుతూ ఉంటుంది.

ఇక్ష్వాకువంశస్తుడైన భగీరథుడు తన పూర్వీకులైన సగరపుత్రుల ఆత్మల శాంతి కోసం గంగను భూమికి రప్పించాలనే సదుద్దేశంతో బ్రహ్మకోసం కఠోరమైన తపస్సు చేసి వరం పొందాడు. గంగ యొక్క ప్రవాహం భూమి తట్టుకోలేదు కనుక శివుని కోసం తపస్సు చేసి ఆయనను మెప్పించి కైలాసం నుంచి హిమాలయ పర్వతములమీద కూర్చునేటట్టు వరం పొందాడు (అదే ప్రస్తుతం మనం చూస్తున్న కైలాస పర్వతం, మానస సరోవరం దగ్గర ఉన్నది). గంగ బ్రహ్మ విడిచిపెట్టగా కిందకి ప్రవహించి శివుని జటాజూటములో నిలిచి [ఈ ప్రవాహం లోని తుంపరులు లే హిమాలయ పర్వతములలో (కాశ్మీర నుంచి భూటాన్ వరకు వున్న పర్వతములు) నిండి నదులుగా (గంగ, అలకనంద, సింధు, బ్రహ్మపుత్ర, సరస్వతి ఇత్యాది) జన్మించి భారత దేశం, నేపాల్ లో ప్రవహిస్తున్నాయి. అన్ని నదులు గంగయే (పవిత్రమైనవే)], శివుడు వదలగా అక్కడినుంచి చిన్న, చిన్న పాయలుగా, నదులుగా ప్రవహించి జహ్ను మహర్షి ఆశ్రమం ధ్వంసం చేయగా, ఆయన ఆగ్రహించి నీరు మొత్తం తాగేశారు. ఆ విషయం తెలుకొని దేవతలు ప్రార్దించగా మహర్షి ఆయన చెవులనుండి నీరు వదలగా (జహ్ను మహర్షి చెవులనుండి వచ్చుటవలన జాహ్నవి అనే పేరు వచ్చింది) అక్కనుండి గోముఖ్ (గో = ఆవు, ముఖ = ముఖం) నుండి కిందకు ప్రవహించి గంగోత్రి (ఇక్కడి నుండి భగీరథుడు తెచ్చినందువలన భాగీరథీ నది అని పేర్కొంటారు) చేరుకుని అక్కనుండి మందాకిని (నెమ్మది) నద, అలకనంద (రుద్రప్రయాగ), మరి కొన్ని నదులతో కలిసి ఋషికేష్ నుంచి గంగ అనే పేరుతో ప్రవహిస్తుంది.

అందులో ఒక పాయ పాతాళమునకు ప్రవహించి భగీరథునిపూర్వీకుల ఆత్మలను పవిత్రం చేస్తుంది. ఈ నది ఒక్కటే 3 ప్రపంచములలో

(స్వర్గం, భూమి, పాతాళం) ప్రవహించుట వలన త్రిపథగ, త్రిస్రోతగా పిలవటడుతున్నది.

గంగ; విష్ణుపదీ; జహ్ను తనయ = జహ్ను + తనయ = జహ్ను మహర్షి + కూతురు = గంగ; సురనిమ్నగా = సుర + నిమ్నగా = దేవతలు + నది = దేవతల నది = గంగ; భాగీరథీ = భగీరథుడు భూమికి తెచ్చుట వలన భగీరథి గా పిలవటడుతున్నది. త్రిపథగా = త్రీ + పథ = 3 + దారులు = 3 ప్రపంచములు; త్రిస్రోతా = త్రి + స్రోతా = 3 ప్రపంచములు + నది = 3 ప్రపంచములలో నివసించే నది = గంగ; భీష్మసూ: = భీష్మ + సూ: = భీష్మ + తల్లి = భీష్ముని యొక్క తల్లి, గంగ;

హిమాలయ పర్వతం లో గడ్వాల్ హిమాలయ ప్రదేశం లో ఉన్న యమునొత్రి నుంచి యమున నది ప్రవహించి కాశి లోని త్రివేణి సంగమం దగ్గర గంగా నదిని, సరస్వతి నదిని కలుస్తుంది. సూర్యుడు మరియు శరణ్య (సంజన, మేఘముల యొక్క దేవత) యొక్క కూతురు యమున, యముని యొక్క చెల్లెలు. ఆమెను యామి అని కూడా అంటారు. ఈ నది కాళింది పర్వతముల నుంచి ప్రవహించుటవలన కాళింది నది గా పేరుగాంచింది.

ప్రతిపదార్థం;

కాళిందీ = యమునా = సూర్యతనయా = సూర్య + తనయ = సూర్యుని కూతురు = శమనస్వసా = శమన + శ్వసా = యమ + చెల్లెలు = యముని చెల్లెలు = యమున;

273 శ్లోకము

లిప్యంతీకరణ;

రేవాతు నర్మద సోమోద్భవా మేకలకన్యకా

కరతోయా సదానీరా బాహుదా సైతవాహినీ

శతద్రస్తు శుతుద్ర: స్యాద్విపాషా తు విపాట్ స్త్రియామ్ ॥

ప్రతిపదార్థం;

మధ్య ప్రదేశ్ రాష్ట్రం లోని అమర్కంత కొండలలో ఉన్న నర్మద కుండ్ లో జన్మించిన నది " నర్మద ". నర్మద అనగ " ఆనందం ప్రసాదించేది " అని అర్థం. స్కంద పురాణం లోని రేవాఖండం లోను, వాయు పురాణం లోను నర్మద నది యొక్క దివ్యత్వం, ప్రాముఖ్యత వివరించుట వలన నర్మదను రేవా అని కూడా పేర్కొంటారు. ఆమె మేకల అనే మహర్షి యొక్క కూతురు. అందువలన ఆమెను మేకలకన్యక అని పిలుస్తారు;

సోమోద్భవా = సోమ + ఉద్భవ = చంద్రుడు + పైకి ఎగురుట (జన్మించుట). కాళిదాసు, రఘువంశం లో " నర్మదా నది చంద్రుడి నుండి దూకిన దివ్యమైన అమృతము " అని వర్ణించారు.

రేవా = నర్మదా = సోమోద్భవా = మేకలకన్యకా = నర్మదా నది;

సదానీరా = కరతోయా = కర + తోయా = చెయ్యి + నీరు = చేతి లో నీరు; శివ పార్వతుల వివాహం లో శివుని చేతులో పోసిన

నీరు సదనీరా గా, కరతోయా నదిగా ప్రవహిస్తుందని పురాణాలలో వర్ణించారు;

సైతవాహినీ = బాహుదా = కార్తవీర్యార్జునుడు [(చంద్రవంశం లోని యాదవ సంతతి కి చెందినవాడు, రావణాసురుని బంధువు) అతి బలవంతుడు, 1000 చేతులు కలిగినవాడు, రావణాసురుని ఓడించిన వాడు, (ప్రస్తుతం మధ్య ప్రదేశ్ లో ఉన్న) మహిష్పతి అనే పట్టణమును పరిపాలించిన వాడు] నర్మదా నదిని 1000 చేతులతో ఆపి 1000 మంది భార్యలతో జలకములు ఆడి తిరిగి వదిలిన నీరు, ఈ పేరులతో నది గా ప్రవహిస్తోంది;

శతాద్రు: = శతుద్రి: = సట్లెజ్ [ఈ నది వశిష్ట మహర్షి కోపానికి భయపడి 100 శాఖలుగా ప్రవహిస్తుంది]; విపాషా = విపాత్ = బియాస్ [వశిష్టుని యొక్క పాశం (తాడు) విరగొట్టుట. ప్రస్తుతం ఇవి అన్నీ పంజాబ్ రాష్ట్రం లో ప్రవహిస్తున్నాయి.

274, 275 శ్లోకములు

లిప్యంతీకరణ;

శోణో హిరణ్యవాహా: శ్యాత్కుల్యా'ల్పా కృత్రిమా సరిత్

కౌశికీ గండకీ చర్మవతీ (చర్మణ్వతీ) గోదా వేణీ

శరావతీ వేత్రవతీ చంద్రభాగా సరస్వతీ॥

కావేరీ సరితోన్యాశ్చ సంభేద: సింధుసభ్గమ:

ద్వయో: ప్రణాలీ పయస: పదవ్యామ్ త్రిషు తూత్తరౌ

దేవికాయామ్ సరవ్యామ్ చ భవే దావికసారవౌ॥

ప్రతిపదార్థం;

శోణ: = హిరణ్యవాహా: = ఒకే నది పేర్లు (ఈ నది ప్రస్తుతం పంజాబ్ లో ప్రవహిస్తోంది); కూల్యా = కాలువ; అల్పా = తక్కువ; కృత్రిమా = కృత్రిమమైనది;

సరిత్ = కృత్రిమముగా చేయబడిన నీరు పోయే మార్గము;

ప్రస్తుతం కోసి నది (దీనిని గురించి ఋగ్వేదం లో ప్రస్తావించారు) టిబెట్, నేపాల్, భారత దేశం (బిహార్ రాష్ట్రం) ద్వారా ప్రవహిస్తుంది. విశ్వామిత్ర (కౌశికుడు) మహర్షి చెల్లెలు ఐన (కౌశికి) సత్యవతిని ఉద్దేశించి ఈ నదిని కోసి గా నిర్ణయించారు.

గండ (నారాయణి) కి నది యొక్క వైశిష్యతను గురించి పురాణములలో వివరించారు. ఈ నది నేపాల్ లో ప్రవహిస్తోంది.

మహాభారత కాలం లోని చర్మవతి నది ఇప్పుడు చంబల్ నది పేరుతో వ్యవహరింపబడుతోంది. చంద్రవంశంనకు చెందిన రంతిదేవ మహారాజు చేసిన యజ్ఞం లో చంపబడిన జంతువుల రక్తము పారిన నదే చర్మవతి. ఈ నది రాజస్తాన్ లో పుట్టి ప్రస్తుతం మధ్యప్రదేశ్ లో ప్రవహిస్తుంది.

వేణి (వెణ్ణ), కృష్ణ నదులు మహాబలేశ్వర కొండలలో జన్మించి అక్కడకు దగ్గరలోనే కలిసి కృష్ణవేణి గా పేరుపొంది తెలంగాణా, ఆంధ్ర ప్రదేశ్ లో ప్రవహించి బంగాళాఖాతం లో కలుస్తుంది;

(చంద్ర, భాగ) హిమాచల్ ప్రదేశం లోని రెండు నదుల సంగమమే చంద్రభాగ నది, ప్రస్తుతం చేనాబ్ పేరుతో పంజాబ్ లో ప్రవహిస్తోంది. చంద్రుని కూతురు, సూర్యుని (భాగ) కొడుకు ప్రేమ ఈ నదిలా ప్రవహిస్తోంది అని పురాణాలలో వివరించారు;

సరస్వతి నది బ్రహ్మ దేవుని కమండలం లో నుంచి ప్రారంభమై టదరీనాథ్ దగ్గర ఉన్న మన అనే గ్రామం నుంచి అంతర్వాహిని గా ప్రవహించి అలహాబాద్ లోని గంగ, యమున లో అంతర్వాహిని గా కలిసి (త్రివేణి సంగమం) అంతర్ధానమైపోయింది. సరస్వతి నదిలోని కొన్ని పాయలు పంజాబ్ రాష్ట్రం లో ప్రవహించి ప్రస్తుతం ఇస్లామాబాద్ (పాకిస్తాన్) లో అంతర్ధానము అయినాయి;

కర్నాటక రాష్ట్రం లోని పడమట కొండలలో నుంచి ప్రవహిస్తుంది కావేరి నది;

త్రయంబకేశ్వర్ దగ్గర పుట్టిన గౌతమీ నది నే గౌతమీ, గోదావరి అనే రెండు పేర్లతో వ్యవహరిస్తారు. మహాబలేశ్వర్ కొండలలో పుట్టిన భీమానదిని కృష్ణానది గా వ్యవహరిస్తారు;

ప్రణలీ = జల మార్గం; పయస: = నీరు; పదవ్యామ్ = మార్గం;

పార్వతి దేవి అవతారమైన దేవికా నది ఒడ్డున పార్వతి దావికా దేవి గా ప్రతిష్టింపబడింది. ప్రస్తుతం ఈ నది జమ్ము రాష్ట్రం లోని ఉధమ్పుర్ దగ్గర గా ఇసుక మేటలకిందుగా ప్రవహిస్తోంది;

సారవ: = సరయూ నది ఒడ్డున ఉన్న రామలయ ప్రాంతమును సారవ గా పేర్కున్నారు;

276, 277 శ్లోకములు

లిప్యంతరీకరణ;

సౌగంధికమ్ తు కహ్లారమ్ హల్లకమ్ రక్తసంధ్యకమ్

స్యాదుత్పలమ్ కువలయమథ నీలాంబుజన్మ చ

ఇందీవరమ్ చ నీలోస్మిన్నితే కుముదకైరవే॥

శాలూకమేషామ్ కంద: స్యాద్వారిపర్ణీ తు కుంభికా

జలనీలీ తు శైవాలమ్ శైవలోథ కుముద్వతీ

కుముదిన్యామ్ నళిన్యామ్ తు బిసినీపద్మినీముఖా:॥

ప్రతిపదార్థం;

సౌగంధికమ్ = కహ్లారమ్ = ఆహ్లాదకరమైన తెల్ల కలువలు; హల్లకమ్
= రక్తసంధ్యకమ్ = ఎర్ర కాలువ; ఉత్పలమ్ = కువలయమ్
= కలువ (ఏ రంగుదైన); నీలాంబుజన్మన్ = ఇందీవరామ్ =
ముదురు నీలం రంగు కమలం; కుముదమ్ = కైవరమ్ = ఆహార
యోగ్యమైన తెల్లకలువలు; శాలూకామేషాం కంద (దుంప) స్యాత్
= శాలూకామ్ అనేది వివిధారకములైన కలువల దుంపల పేరు;

వారిపర్ణీ = కుంభికా = నాచు; జలనీలీ = శైవాలమ్ = శైవల: =
పాచి;

కుముద్వతీ = కుముదినీ = తెల్ల కలువ కాడలు; నళినీ = బిసినీ =
పద్మినీ = పద్మముల కాడలు;

278, 279, 280 శ్లోకములు

లిప్యంతీకరణ;

వా పుంసింమ్ పద్మమ్ నళినమరవిందమ్ మహోత్పలమ్

సహస్రపత్రమ్ కమలమ్ శతపత్రమ్ కుశేశయమ్

పఙ్కేరుహమ్ తామరసమ్ సారసమ్ సరసీరుహమ్ ॥

బిసప్రసూనరాజీవపుష్కరా'మ్భోరుహాణి చ

పుండరీకమ్ సితామ్భోజమథ రక్తసరోరుహ

రక్తోత్పలమ్ కోకనదం నాలో నాలమథా'స్త్రియామ్ ॥

మృణాలమ్ బిసమష్టాదికదమ్బే ఖండమస్త్రియామ్

కరహాట: శిఫాకంద: కిఞ్చల్క: కేసరో'స్త్రియామ్

సంవర్తికా నవదళమ్ బీజకోశో వరాటక: ॥

ప్రతిపదార్థం;

పదమ్ = నళినమ్ = అరవిందమ్ = మహోత్పలమ్ = సహస్రపత్రమ్
= కమలమ్ = శతపత్రమ్ = కుశేస్యమ్ = పఙ్కేరుహమ్ =
తామరశమ్ = సారశమ్ = సరసీరుహమ్ = బిసప్రసూనమ్ =
రాజీవమ్ = పుష్కరమ్ = అంభోరుహమ్ = పద్మమ్;

పుండరీకమ్ = సితామ్భోజమ్ = తెల్ల తామర పువ్వు;
రక్తసరోరుహామ్ = రక్తోల్పలమ్ = కోకపదమ్ = ఎర్ర తామర పువ్వు;

నాల: (నాళా) = నాలమ్ = తామర పువ్వ కాడ; మృణాలమ్ = బిసమ్ = తామర తూండ్లు; షణ్ణమ్ = తామరపువ్వుల యొక్క సమూహం; కరహాట: = సిఫాకంద: = తామర దుంప; కిఙ్కల్క: = కేసర: = పువ్వొడి;

సంవర్తికా = నవాదళమ్ = లేత రేకులు; బీజకోశ: = వరాటక: = విత్తనపు కాయ;

స్వర్గాదిఖండ సమాప్తం.